கோயில்கள்:
அறிந்ததும் அறியாததும்

கோயில்கள்:
அறிந்ததும் அறியாததும்
உமா சங்கரி

திருமதி உமா சங்கரி கோயில்களைப் பற்றி ஆராய்ச்சி செய்து தில்லிப் பல்கலைக்கழகத்தில் முனைவர் பட்டம் பெற்றவர். சமீபகாலத்தில் மத அடிப்படைவாதம், மதக்கலகங்களை எதிர்த்து நடக்கும் போராட்டங்களில் கலந்துகொண்டு பணியாற்றுகிறார். முப்பது ஆண்டு களுக்கும் மேலாகத் திருப்பதி அருகே ஒரு குக்கிராமத்தில் தன் கணவருடன் வசித்தவாறு விவசாயத்தை மேற்பார்வை செய்துகொண்டு, விவசாயிகள், விவசாயத் தொழிலாளி களின் போராட்டங்களில் பங்குகொண்டு பணியாற்றி வந்திருக்கிறார். அவற்றைப் பற்றிப் பல கட்டுரைகளை எழுதியிருக்கிறார். மனித உரிமைகள், ஜனநாயக உரிமைகளுக்கான இயக்கங்களிலும் இவருடைய பங்கு உண்டு. காலம் சென்ற எழுத்தாளர் தி. ஜானகிராமனின் மகளாகிய இவர் தி.ஜா.வின் எழுத்துகளை ஆங்கிலத்தில் மொழிபெயர்த்திருக்கிறார். தந்தையார் பற்றி 'மெச்சியுனை' என்ற நூலை எழுதியிருக்கிறார். தமிழ்நாடு பாடநூல் மற்றும் கல்வியியல் கழகத்திற்குத் 'திஜாவின் படைப்புலகம்' என்ற நூலைத் தொகுத்துக் கொடுத்திருக்கிறார்.

தற்போது ஹைதராபாதில் வசித்துவருகிறார்.

தொடர்புக்கு: umanarendranath@gmail.com

உமா சங்கரி

கோயில்கள்:
அறிந்ததும் அறியாததும்

கோயில்கள்:
அறிந்ததும் அறியாததும்
கட்டுரைகள்
ஆசிரியர்: உமா சங்கரி
© உமா சங்கரி
முதல் பதிப்பு: ஜூலை 2023
இரண்டாம் பதிப்பு: டிசம்பர் 2023

வல்லமை / காலச்சுவடு
669, கே.பி. சாலை
நாகர்கோவில் 629 001

kooyilkaL:
aRintatum aRiyaatatum
Articles
Author: Uma Sankari
© Uma Sankari

Vallamai /
Kalachuvadu Publications Pvt. Ltd.,
669, K.P. Road
Nagercoil 629001
India

T.: 91-4652-278525
E.: vallamaibooks@gmail.com
ISBN: 978-81-19034-35-2

Language: Tamil
First Edition: July 2023
Second Edition: December 2023
Pages : 88
Size: Demy 1 x 8
Paper: 18.6 kg maplitho

Printed at Clicto Print,
Jaleel Towers, 42 KB
Dasan Road, Teynampet
Chennai 600018

12/2023/S.No. 6, V 6, 18.6 (2) uss

வல்லமை
இது ஒரு காலச்சுவடு பதிவீடு

Vallamai
an imprint of Kalachuvadu Publications

என் ஆன்மிக முன்னேற்றத்துக்கு
தினமும் கைகொடுக்கும்
பரமஹம்ச யோகானந்தர் குரு பரம்பரைக்கு
இந்தச் சிறிய நூலை வணக்கத்துடன் சமர்ப்பிக்கிறேன்.

பொருளடக்கம்

	முன்னுரை	11
	நன்றியுரை	15
1.	நாம் 'இந்து'க்களா?	17
2.	உடம்பே கோயில்	24
3.	இந்து தர்மத்தின் விசேஷம் என்ன?	33
4.	வேதங்கள், யாகங்களிலிருந்து கோயில்கள், பூஜைவரை ...	38
5.	கோயில்கள் எத்தனை வகை? கோயில்களில் உள்ள தெய்வங்கள் யாவை?	46
6.	வாங்க, கோயிலுக்குள்ளே போகலாம்!	56
7.	சுதந்திரத்துக்குப் பின் நிகழ்ந்த மாற்றங்கள்	67
8.	சரித்திர அநீதியா, பழிவாங்கும் வெறியா?	76
	பரிந்துரைகள்	83

முன்னுரை

சில ஆண்டுகளாக நம் நாட்டில் கோயில்கள், மசூதிகள், சர்ச்சுகள் ஆகியவற்றைச் சுற்றிச் சண்டை சச்சரவுகள் வலுத்துக்கொண்டிருக்கின்றன. மதச்சண்டைகள் நமக்குப் புதிதல்ல. ஆனால் எப்போதோ எங்கேயோ நடக்கும் சம்பவங்கள் இப்போது அடிக்கடி நடந்துகொண்டிருக்கின்றன, வன்முறையில் முடிகின்றன.

பாபரி மசூதியை இடித்துத் தள்ளியதிலிருந்து மதச்சண்டைகள், மதக்கலகங்கள் நாளுக்கு நாள் புதிய புதிய விஷயங்களாக விரிந்து கொண்டிருக்கின்றன. சரித்திரத்தில் எப்போதோ கோயிலை இடித்து மசூதியைக் கட்டியிருக்கலாம்; அவற்றை நேற்று நடந்த சம்பவம்போல் பாவித்துப் பழிவாங்க வேண்டும், அவற்றை மீட்டுக்கொள்ள வேண்டும் என்று பிரச்சாரம்செய்து பாபர் மசூதியை இடித்துத் தள்ளினார்கள். அதற்குப் பிறகு அதே இடத்தில் ராமனுக்குக் கோயில் கட்ட ஏற்பாடுகள் நடந்துகொண்டிருக்கின்றன.

இப்போது வாராணசியில் ஞானவாபி மசூதியில் சிவலிங்கம் இருக்கிறது, வட மதுரையில் கிருஷ்ணன் கோயில் எங்களதே என்றெல்லாம் சிலர் சொல்ல ஆரம்பித்திருக்கிறார்கள்.

கோயில்களில் பெண்கள் வழிபடத் தடை இருக்கலாமா, முஸ்லிம் பெண்கள் தலையில் ஹிஜாப் அணியலாமா, பசு மாட்டு மாமிசம் உண்ணலாமா, விற்கலாமா, மதம் மாறலாமா,

கலப்புத் திருமணம் செய்துகொள்ளலாமா, என்று பல விஷயங்களில் விவாதங்களுடன் நிறுத்திக்கொள்ளாமல் வன்முறையிலும் இறங்கிவிடுகிறார்கள். மதங்களைப் பற்றி ஏதாவது விமர்ச்சித்தால், ஜோக் அடித்தால்கூடத் தலையைக் கொய்துவிடும்வரை மதப் பிரச்சினைகள், மதக் கலகங்கள் விரிந்துகொண்டே இருக்கின்றன. தெருவில் போகிற சிறுபான்மை மதத்தாரை இழுத்துவந்து கம்பால் அடித்துக் கொன்றுபோடும் அளவிற்கு மதச்சண்டைகள் வலுத்துவருகின்றன.

பெரும்பான்மையோருக்கு இந்த வன்முறைக் கலகங்கள் பிடிக்காவிட்டாலும் தங்களுடைய மதங்கள் மேல் உள்ள பற்று, பாசம் காரணமாகப் பேசாமல் மௌனமாக இருந்துவிடுகிறார்கள். மேலும் எங்கே நாம் வன்முறைக்கு ஆளாகிவிடுவோமோ என்ற பயமும் அவர்களை மௌனமாக்கிவிடுகிறது. மதக் கலகங்களை மூட்டும் அரசியல்வாதிகள் தங்களுடைய அரசியல் வெற்றிக்காக,தேர்தலில் வாக்குகளைப் பெறுவதற்காக, இந்த மௌனத்தைச் சாதகமாய்ப் பயன்படுத்திக்கொண்டு, வன்முறையாளர்களின் உதவியுடன் வன்முறைச் செயல்களில் ஈடுபடுகிறார்கள்.

பல இளைஞர்களுக்குத் தங்களுடைய மதத்தைப் பற்றி, தங்களுடைய சரித்திரத்தைப் பற்றிச் சரியான புரிதல் இருப்பதில்லை. படித்தும் கேட்டும் ஆராய்ந்து புரிதலை ஏற்படுத்திக்கொள்ள நேரமும் வாய்ப்பும் இருப்பதில்லை. தேர்வுகளும் வேலை நெருக்கடியும் அவர்களைத் துரத்துகின்றன. அவர்கள் அரசியல் கட்சிகளின் பிரச்சாரங்களை நம்பி இதர இனத்தாரையும் மதத்தாரையும் வெறுக்கவும் வன்முறையில் இறங்கவும் ஆரம்பிக்கிறார்கள். இவ்வாறு தொடர்ந்தால் மத வெறுப்பு, விரோதம், கலகங்களுக்கு முடிவே இராது. முதலில் நாம் மதங்களைச் சரியாக, ஆழமாகப் புரிந்துகொள்ள வேண்டும்.

இந்த நூலில் கோயில் என்றால் என்ன, இந்து மதத்தில் கோயில்களின் இடம் என்ன, கோயில்கள் எவ்வகை, கோயில்களில் கும்பிடும் தெய்வங்கள் எவ்வகை, நம் நாட்டு வரலாற்றில் கோயில்கள் எவ்வாறு உருவாயின, அவை எப்படி மாற்றம்கொண்டன, நம் நாடு சுதந்திர ஜனநாயக நாடாகிய பிறகு கோயில் நிர்வாகங்களில் எவ்வாறு மாற்றங்கள் ஏற்பட்டன என்னும் விஷயங்களைப் பரிசீலிக்கிறோம். கோயில்களைச் சுற்றிய சண்டைகளுக்குப் பரிகாரம் என்ன என்றும் கவனிக்கிறோம். கோயில்களைப் பற்றிப் பல துறைகளில் (கட்டிடக் கலை, சிற்பம்,

கல்வெட்டுகள், சரித்திரம், ஸ்தல புராணங்கள், வழிபாடு) ஆராய்ச்சி நூல்கள் வெளிவந்திருக்கின்றன. இந்தச் சிறிய புத்தகம் மேலே கூறப்பட்ட சில விஷயங்களுக்கு அறிமுகம் போன்ற வகையில் எழுதப்பட்டிருக்கிறது.

நான் 1976-1983 ஆண்டுகளில் தில்லிப் பல்கலைக்கழகத்தில் இந்துக் கோயில்கள் பற்றி ஆராய்ச்சி செய்து பி.எச்.டி. பட்டம் பெற்றேன். நாற்பது ஆண்டுகளுக்குப் பிறகு என் ஆய்வேட்டைப் புரட்டிப் பார்த்து, இந்த நாற்பது ஆண்டுகளில் ஏற்பட்ட மாற்றங்களையும் தற்காலத்தில் எழுந்திருக்கும் புதிய விவாதங்களையும் மனதில் கொண்டு இந்தக் கட்டுரைகளை எழுதத் தொடங்கினேன். இந்தியக் குடிமகளாக நான் நம்முடைய கலாச்சாரத்திலும் இந்து தர்மத்திலும் உள்ள நல்ல விஷயங்களைத் தேர்ந்தெடுத்துக்கொண்டு இந்தக் காலத்திற்குப் பொருந்தாத சில விஷயங்களை வரலாற்றின் குப்பைத்தொட்டியில் போட்டுவிட வேண்டும் என்றும் நினைக்கிறேன்.

உமா சங்கரி

நன்றியுரை

நான் இந்தக் கட்டுரைகளின் உள்ளடகத்தை ஒரே கட்டுரையாக முதலில் ஆங்கிலத்தில் எழுதினேன். பிறகு திரு. ரவிசுப்பிரமணியன் ஆலோசனையின்படி அதைச் சிறு சிறு கட்டுரை களாக்கி உரிய தலைப்புகளிட்டுத் தமிழாக்கம் செய்தேன். இந்தப் புத்தகத்திற்கு அவர் பல விதத்தில் உதவி செய்திருக்கிறார்.

என் எழுத்து நடையைச் செம்மைப்படுத்திக் கொடுத்த பேராசிரியர். திரு. அ.கா. பெருமாள் அவர்களுக்கு நான் மிகவும் கடமைப்பட்டிருக்கிறேன். அவர் சில புகைப்படங்களையும் கொடுத்து, ப்ரூஃப் சரிபார்த்து என்னை ஊக்குவித்தார். இந்தச் சிறிய புத்தகத்திற்கு அவர் செய்த முயற்சிகள் பெரியவை. புத்தகத் தயாரிப்பில் பொறுப்பெடுத்துக்கொண்ட திரு. அரவிந்தன் அவர்களுக்கும் நன்றி தெரிவித்துக் கொள்ள விரும்புகிறேன்.

இந்நூலின் மூல வடிவமான ஆங்கிலக் கட்டுரையைப் படித்து விமர்சனம் செய்து ஆலோசனைகள் தந்து ஊக்குவித்த ஹர்ஷ் மந்தர், பவன் வைத்யநாதன், ரஜனி பக்ஷி, தியடோர் பாஸ்கரன், பி.ஏ. கிருஷ்ணன், சதிந்தர் பகத், பேராசிரியர். தியாகராஜன் ஆகிய நண்பர்களையும் இத்தருணத்தில் நன்றியோடு நினைவுகூர்கிறேன்.

நான் முனைவர் பட்டத்துக்குப் படித்துக் கொண்டிருக்கும்போது என்னைத் திட்டி, அழவைத்து என் ஆராய்ச்சி முயற்சிகள் சரியான பாதையில் முன்செல்ல வழிகாட்டியாக இருந்து உதவியவர் என் பேராசிரியர் ஜீத் சிங் உபெராய். ஆராய்ச்சி ஏட்டைப் படித்துப் பல விஷயங்களைத் தெளிவுபடுத்தி, எழுத உதவியவர் அவருடைய மனைவி பாட்ரிசியா உபெராய். இவர்களுக்கும் நான் நன்றிக்கடன் பட்டிருக்கிறேன்.

இதைப் பிரசுரிக்க முன்வந்த காலச்சுவடு கண்ணனுக்கும் என் மனமார்ந்த நன்றி.

ஹைதராபாத்,   உமா சங்கரி
30-06-2023

1

நாம் 'இந்து'க்களா?

கோயிலுக்குள் புகும் முன்பு, நாம் 'இந்துக்கள்' என்று சொல்லிக்கொள்கிறோமே, அது எப்படி, எங்கேயிருந்து வந்தது என்பதை ஆராய்வோம்.

ஆங்கிலேயர்கள் வரும் முன்பு நாம் நம்மை 'இந்துக்கள்' என்று சொல்லிக்கொண்டதில்லை. ஆங்கிலேயர்கள் நம்மை அப்படி அழைக்க ஆரம்பித்தார்கள். அதற்கு முன்பு பண்டைக் காலத்திலிருந்து வடஇந்தியாவில் வெளி தேசத்திலிருந்து வந்தவர்கள், உதாரணமாகக் கிரேக்கர்கள், நம் தேசத்தை 'இண்டி' என்றும் அங்கே வாழும் மக்களை 'சிந்துக்கள்', அதாவது சிந்து நதியின் அருகே வாழும் மக்கள் என்றும் சொல்லிக்கொண்டிருந்தார்கள்.

நம்மை நாம் பிறந்த வர்ண – ஜாதியை, மத சம்பிரதாயத்தை அல்லது ஊர் பேரை ஒட்டிச் சொல்லிக்கொண்டிருந்தோம். உதாரணமாக, "நான் முருகன், பழங்குடி என்ற ஊரைச் சேர்ந்த சைவப்பிள்ளை குலத்தில் பிறந்த சிவஞானம் என்ற தந்தைக்குப் பிறந்த மகன்" என்று சொல்லுவது வழக்கம்.

ஆங்கிலேயர்கள் வந்த பிறகு கிறிஸ்தவர், இஸ்லாமியர் அல்லாதவர் எல்லோரையும் 'இந்துக்கள்' என்று குறிப்பிட ஆரம்பித்தனர். மக்கள் தொகைக் கணக்கெடுப்பு போன்ற அதிகாரப்பூர்வமான பதிவுகளில் ஏற்றிவிட்ட பிறகு அது நிலைத்துவிட்டது. தற்காலத்தில் நாமும் நம்மை 'இந்துக்கள்' என்று சொல்லிக்கொள்கிறோம்.

நன்றி: *wikimedia*

உலகளந்த பெருமாள்

வேத இதிகாச புராணங்களும் சரித்திரமும்

பொதுவாக இந்துக்கள் வேதங்களை இந்து தர்மத்துக்கு அடிப்படையாகக் கொள்கிறார்கள். ஆனால் ஆபிரகாமிய மதங்களைப்போல் (யூத மதம், கிறிஸ்தவம், இஸ்லாம்) இந்து மதத்தில் வேதங்கள் ஒன்றே புனித நூல் என்பது இல்லை. பல நூல்கள் புனித நூல்களாகக் கருதப்படுகின்றன. வேதங்களைத் தவிரப் பல சமய நூல்கள் வெவ்வேறு காலத்தில், சமீப காலம்வரை எழுதப்பட்டு பயன்பாட்டில் இருக்கின்றன. அவை சமஸ்கிருத மொழியைத் தவிர வேறு பிராந்திய மொழிகளிலும் எழுதப்பட்டன. உபநிஷத்துகள், ஸ்ம்ருதிகள், ராமாயணம், மகாபாரதம், பாகவதம், தேவி மகாத்மியம், பகவத் கீதை, ஆகமங்கள், சிவ புராணம், ஸ்கந்த புராணம், ஆழ்வார் பாசுரங்கள், தேவாரம், குரு கிரந்தம் போன்ற பல்வேறு நூல்கள் பல மொழிகளில் பலரால் எழுதப்பட்டன அல்லது தொகுக்கப்பட்டன.

பைபிள் அல்லது குரான் மாதிரியே வேதங்களும் அசரீரியாக வெளிப்பட்டன என்று நம்பினாலும் வேதங்களைத் தெரிந்துகொண்டு ஓதுவதற்கு எல்லோருக்கும் அதிகாரம் இல்லை; அந்த அதிகாரம் பிராமணர்களுக்கு மட்டுமே இருந்தது. பிராமணர்களுக்குக்கூட அதை ஓதுவதற்குத் தெரிந்தாலும் அவற்றின் அர்த்தம் தெரியாது. ஏனென்றால் அந்தப் பண்டைய சமஸ்கிருத மொழி எல்லோருக்கும் புரியாது. ஒரு சிலருக்கே அதற்குப் பயிற்சி இருந்தது.

இன்னொரு விஷயம் என்னவென்றால் அவற்றின் ஆசிரியர்கள் யாவர், அவர்கள் எந்தக் காலத்தில் எழுதினார்கள் என்பதும் தெளிவாகத் தெரிய சந்தர்ப்பம் இல்லை. ஏனென்றால் இவற்றைப் படைத்த ஆசிரியர்கள் பொதுவாகத் தன் தனிப்பெயரைச் சொல்லிக்கொள்ள விரும்பாமல் ஒரு பண்டைய ரிஷியின் பெயரைப் பதித்துவிட்டிருக்கிறார்கள். உதாரணமாக வியாசர் என்னும் மகரிஷி வேதங்களிலிருந்து மகாபாரதத்திற்கும் பிற்காலத்தில் எழுதப்பட்ட பல நூல்களுக்கும் ஆசிரியராகக் கூறப்படுகிறார். மேலும் பண்டைய நூல்களில் பிற்சேர்க்கையும் நிறைய காணப்படுகின்றன. அவையும் யாரால் எழுதப்பட்டன என்று திட்டவட்டமாகச் சொல்லுவதற்கில்லை.

ஆபிரகாமிய சமய நூல்கள் அவ்வாறில்லை. தோரா, பைபிள், குரான் தவிர அவற்றிற்கு யார் யார் எங்கே எப்படி எப்போது உரை விளக்கம் செய்தார்கள் என்பதெல்லாம் சரித்திரபூர்வமாகக் காலம், இடத்துடன் பதிவு செய்யப்பட்டிருக்கின்றன. அவற்றை ஆதாரபூர்வமாக நிர்ணயிக்க முடியும். அதனால் அந்த மதங்களின்

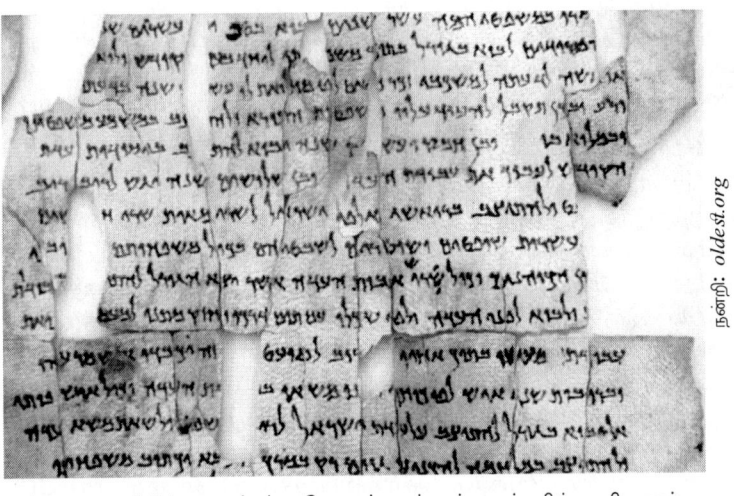

நன்றி: *oldest.org*

பண்டை காலத்தில் எழுதப்பட்ட தோராஹ் என்னும் யூதர்களின் புனித நூல்

சரித்திரங்கள் நன்கு புலப்படுகின்றன. சரித்திரத்திற்கு அந்த மக்கள் மிகவும் மதிப்பு வைத்திருந்தார்கள் என்றும் தெரிகிறது. கற்பனைக் கதைகள், உவமைக் கதைகள், நீதிக் கதைகள் அவர்களுடைய ஆன்மிக நூல்களிலும் நிறைய இருக்கின்றன. ஆனால் சரித்திரத்தில் நடந்தவற்றை உண்மையாகச் சித்திரிப்பதை அவர்கள் ஒரு மரபாகச் செய்துகொண்டிருந்தார்கள் என்று சொல்லலாம். அதனால்தான் இயேசு என்பவர் உண்மையாக இருந்தாரா, அவர் இறந்த பிறகு நிஜமாகவே உயிர் பெற்று எழுந்தாரா, அவருடைய உடை என்று சொல்லப்படுவது நிஜமா, அவருடைய சீடர்கள் எப்போது பைபிளை எழுதினார்கள் என்கிற விஷயங்களை ஆராய்ச்சி செய்கிறார்கள்.

பண்டைக் காலத்திலிருந்தே, எகிப்திய நாகரீகத்தில் (கி.மு. 3000, அதாவது 5000 ஆண்டுகளுக்கு முன்பே) படிப்பது, எழுதுவது, கற்களில் எழுத்தைச் செதுக்குவது, ஓலையில், பட்டையில் எழுதுவது போன்ற மரபு பரவலாக இருந்தது. நம் நாட்டில் வாய்மொழியாகச் செய்திகளைப் பரப்புவதே முக்கிய மரபாக இருந்திருக்கிறது. வேதங்களும் புராணங்களும் பெரும்பாலும் வாய்மொழியாகக் கற்றுக்கொடுக்கப்பட்டன. பல நூற்றாண்டுகள் அவை எழுத்து ரூபமாக எழுதப்படவில்லை. ஆனால் அது காரணமாக இந்திய சமூகம் பின்னடைந்தது என்று சொல்வதிற்கில்லை. பற்பல துறைகளில் பல அரிய சாதனைகளை ஏற்படுத்தியுள்ளது.

இந்திய மக்கள், சரித்திரத்தைவிட இதிகாச புராணங்களின் மேல் மதிப்பு வைத்திருந்தார்கள் என்று சொல்லலாம். அதாவது நடந்தது நடந்தாற்போல் விவரிப்பதில் பெரிய கவனம் செலுத்தவில்லை. காலம் மாறும், நிலைமைகள் மாறும், அவற்றிற்கேற்ப மனிதர்கள் அந்தந்தக் காலத்திற்கேற்ப நடந்துகொள்ள வேண்டும் என்று நினைத்தார்கள் போலும்.

புராணங்களில் உண்மைச் சம்பவங்கள் கொஞ்சம் இருந்தாலும் அவற்றைச் சுற்றி தெய்வங்களின் கதைகள், ரிஷி – முனிகளின் கதைகள், தெய்வங்கள் ரிஷி – முனிகளுடன் பேசுவது, மனிதர்கள் மிருகங்களுடன் உரையாடுவதுபோன்ற கதைகள் நிறைய இருக்கும். அவற்றில் மனிதர் அல்லாத மனிதர்கள் (மனிதர்கள் மாதிரி பேசும் விலங்குகள் – உதாரணம்: ஹனுமான், ஜாம்பவான், ஜடாயு), மனிதர்களால் செய்ய முடியாத அமானுஷ்யச் செயல்கள் போன்றவை நிறைய வரும். ராமன், குரங்குகள் சேனையின் உதவியுடன் இலங்கைமீது படையெடுத்து வென்றதாக ராமாயணம் சொல்லுகிறது. ஒருவேளை ராமன், கிருஷ்ணன், ரிஷிகள் நிஜ மனிதர்களாகச் சரித்திரத்தில்

ராமாயணத்தில் வானரர்கள் இலங்கைக்குப் பாலம் அமைத்தல்

வாழ்ந்திருந்திருந்தாலும், அவர்களைச் சுற்றிப் பல கற்பனைக் கதைகள், வழிபாடுகள் உருவாயின.

இதிகாச புராணங்கள் பெரும்பாலும் உவமைக் கதைகள், நீதிக் கதைகள். அவை நமக்கு வாழ்க்கையில் ஏற்படும் நிலைமைகளை, இக்கட்டுகளை, சிக்கல்களை எப்படி எதிர்கொள்ள வேண்டும் /முடியும் என்பதையும் முந்தைய காலத்தில் அவ்வாறு ஒரு சிக்கலைத் தெய்வங்கள், ரிஷி – முனிகள், அரசர்கள், சாதாரண மனிதர்கள் எப்படி எதிர்கொண்டார்கள் என்றும் சொல்கின்றன. கேட்பதற்கு நிஜமாக நடந்ததுபோல் இருந்தாலும் அவை கற்பனைக் கதைகளே.

இந்தக் கதைகளைக் கேட்பவர்கள் அவற்றிலுள்ள சாரமான உண்மையை அறிந்து, அந்தந்த இடத்திற்கும் காலத்திற்கும் ஏற்றபடி பின்பற்ற வேண்டும் என்று நியமித்திருக்கிறார்கள். முன்பு சொன்னபடி, காலம் மாறும், வாழ்க்கை வழக்கங்கள் மாறும், மனிதர்கள் வெவ்வேறு குணங்களுடையவர்கள், அதனால் அவரவர்கள் தனது புத்தி – மனசுக்கேற்றபடி நடந்துகொள்ள வேண்டும் என்ற கருத்து இந்து மதத்தில் பரவலாக இருந்தது. தேசம் – காலம் – பாத்திரம், அதாவது தனிமனிதனின் குணத்திற்கு ஏற்றவாறு தர்மத்தை கடைபிடிக்க வேண்டும்.

இக்கட்டான நேரத்தில் 'ஆபத்து தர்மம்' என்று விதிகளை மீறுவதற்கும் அனுமதி இருந்தது. வழிபாடுகளும் இப்படித்தான் இருக்க வேண்டும் என்பதில்லை. 'பொன் வைக்கும் இடத்தில்

பூ' வைத்தாலும் பரவாயில்லை. இதுதான் உண்ண வேண்டும், உடுக்க வேண்டும் என்பதெல்லாம் நடைமுறையில் அந்தந்த ஊரில், அந்தந்தச் சமூகத்தில் விதிக்கப்பட்டிருந்ததே ஒழிய அவை சாஸ்திரங்களில் சொல்லப்படவில்லை. இந்து மதத்தில் "பத்துக் கட்டளைகளோ" அல்லது "ஐந்து தூண்களோ" இல்லை.

சாஸ்திரங்களும் அந்தந்தச் சமூகம் ஏற்படுத்திக் கொண்டவையே. உதாரணமாக 'மனு தர்ம சாஸ்திரம்' என்ற நூலை எல்லோரும் பின்பற்றவில்லை. ஒரு சில பிராமண சமூகங்களே பின்பற்றின. அவையும் சந்தர்ப்பத்திற்கேற்ப மாற்றிக்கொண்டன. இந்து மதத்தில் அடிப்படையான சில கொள்கைகள் இருந்தாலும் அவைகளும் விவாதத்தில் இருந்தன. உதாரணமாகப் பிறப்பிலே ஒருவன் மேல் சாதியா அல்லது நடத்தையிலா? மறுபிறவி இருக்கிறதா? கடவுள் உண்டா? கடவுளுக்கும் மனிதனுக்கும் என்ன சம்பந்தம் என்பன போன்ற கேள்விகள் பற்றி நிறைய விவாதங்கள் நடந்தன. நம்பினால் நிஜம், நம்பாவிட்டால் பொய் என்ற கருத்தும் இருந்தது.

ஆதிகாலத்திலிருந்தே பற்பல இனத்தைச் சேர்ந்தவர்கள் நமது நாட்டில் குடியேறினார்கள். மேற்கிலிருந்து கிரேக்கர்கள், இரானியர்கள், ஆரியர்கள், கிழக்கிலிருந்து மங்கோலியர்கள் என வெவ்வேறு இடங்களிலிருந்து குடியேறினார்கள். இவர்களுக்கும் உள்நாட்டிலிருந்த இனக்குழுக்களுடன் சில பல இனப்போர்கள், கலாச்சாரப் போர்கள் நடந்தாலும் நம்முடைய நீண்ட சரித்திரத்தில் வெவ்வேறு சமூகங்களிடையே கருத்துப் பரிமாற்றமும் பழக்க வழக்கங்களில் பரிவர்த்தனையும் நடந்துவந்தன. அந்தந்தச் சமூகங்கள் அவரவர்களுக்குத் தோன்றியதுபோல் சமூக வழக்கங்களைக் கடைப்பிடித்துக்கொண்டிருந்தன.

ஆங்கிலேயர்கள் "ஒரே கடவுள் – ஒரே புனித நூல்" என்ற கலாச்சாரத்தைத் தழுவியவர்கள். அவர்கள் நம்முடைய நாட்டிலும் ஒரு சில நூல்களை மொழிபெயர்த்து இதுவே இந்திய கலாச்சாரம் என்று பிரச்சாரம் செய்து பிரபலப் படுத்தினார்கள். சரித்திர ஆராய்ச்சியை ஊக்குவித்தார்கள். அதாவது முன்காலத்தில் நடந்த சம்பவங்களை, நாட்டு நடப்புகளை, எவ்வளவு தூரம் முடியுமோ அவ்வளவு தூரம் நிஜமாக நடந்ததைப் பரிசீலித்து வர்ணிக்கும் சாஸ்திரமாக சரித்திர ஆராய்ச்சியைக் கல்விகூடங்களில் அறிமுகப்படுத்தினார்கள். பழைய ஆவணங்கள், இலக்கியங்கள், கல்வெட்டுகள், செப்புப் பட்டயங்கள், தொல்பொருள் ஆராய்ச்சி போன்ற பல முறைகளால் இன்று சரித்திரம் பெரிய கல்வித் துறையாக வளர்ந்துவிட்டது.

இந்தப் பின்னணியில் இந்து மதத்தைச் சேர்ந்த தற்காலத்துத் தனி மனிதர் பெரிய இக்கட்டைக் காண்கிறார். அது என்ன வென்றால் ஒரு பக்கம் இதிகாச புராணங்கள், பல்வேறு நம்பிக்கைகள், பழக்கவழக்கங்கள்; இன்னொரு பக்கம் சரித்திர ஆராய்ச்சி (புராணக் கதைகளுக்கும் சரித்திரத்திற்கும் முரண்பாடுகள் இருக்கும்.); மற்றொரு பக்கம் விஞ்ஞானம் (விஞ்ஞானத்தில் எல்லாமே கேள்விக்குரியவை, எந்தக் கோட்பாடும் தவறு என்று நிருபிக்கப்படும்வரைதான் நிஜம்; தவறு என்று நிரூபித்துவிட்டால் அது பொய்யாகிவிடும்) – இந்த மூன்று துறைகளுக்கிடையே தான் நம்பும் மதக்கொள்கை களையும் தீர்மானிக்க வேண்டியிருக்கிறது.

இந்த முயற்சியில் ஒரு இந்து சில சமயம் மத குருக்களை நாடுகிறார்; பெரும்பாலும் குடும்ப வழக்கங்களையே பின்பற்றுகிறார். அல்லது தன்னுடைய புத்தி – மனசு – சந்தர்ப்பங் களுக்குத் தகுந்தாற்போல் தன்னுடைய நம்பிக்கைகளை ஏற்படுத்திக்கொள்கிறார்.

இந்த முறையை, மதப்பன்மையை நம் நாட்டில் ஆதி காலத்திலிருந்தே ஏற்றுக்கொண்டுவிட்டோம். ரிக் வேதம் “ஏகம் ஸத், விப்ரா பஹுதா வதந்தி” – “உண்மை ஒன்றே, அதை ஞானிகள் பலவகையாக விவரிக்கிறார்கள்” என்று கூறுகிறது.

இன்று இந்து மதத்தில் அநேக குருமார்கள் தோன்றி யிருக்கிறார்கள். தொலைக்காட்சியில், யூட்யூபில் உரையாற்று கின்றனர். யோகம் தியானம் போன்ற வித்தைகளுக்குப் பயிற்சி கொடுக்கிறார்கள். யோகப் பயிற்சிகள், தியானப் பயிற்சிகள் பல நாடுகளில் பரவியிருக்கின்றன. அவற்றை வெவ்வேறு மதத்தார் பின்பற்றுகிறார்கள். சுய ஆர்வத்துடன் தாங்களே முன்வந்து கற்றுக்கொள்ள முயற்சிக்கிறார்கள்.

மதமாற்றம் இல்லாமலே இவை நடக்கின்றன. ஆன்மிக நூல்கள் மொழிபெயர்க்கப்படுகின்றன. அவற்றை நாம் படித்துத் தெரிந்துகொள்ளலாம். அப்படியிருக்க இந்து மதத்தில் சில பிரிவினர் பல நூற்றாண்டுகளுக்கு முன்பு நடந்த சம்பவங்களை நினைத்துக்கொண்டு கிறிஸ்தவர்களையும் முஸ்லிம்களையும் பழிவாங்க வேண்டும் என்று நினைப்பது தற்கால நிலைமைக்குச் சற்றும் பொருத்தம் அல்ல.

2

உடம்பே கோயில்

பணக்காரர்கள் சிவனுக்குக் கோயில் கட்டுவார்கள்,
நான் ஏழை, என்னால் என்ன செய்ய முடியும்?
என் கால்களே தூண்கள், என் உடம்பே கோயில்,
என் தலையே கலசம்.
ஓ சங்கமேஸ்வரா, நிற்பவை சாயும், நடப்பவை
நிற்கும்.

பசவண்ணா 820

நம் நாட்டில் சின்னதோ பெரியதோ, கோயில் இல்லாத ஊர் கிடையாது. அதுவும் தமிழ்நாட்டில் தடுக்கி விழுந்தால் கோயில் வாசலில்தான் விழ வேண்டும். ஊருக்கு ஊர் பெரிய பெரிய கோயில்கள், தெருவுக்குத் தெரு சின்னச் சின்னக் கோயில்கள், அரச மரத்தடிப் பிள்ளையார்கள், அருகே பாம்புச் சிற்பங்கள், நவக்கிரகங்கள். கிராமங்களிலும் நகரங்களிலும் முன்பே இருக்கும் கோயில்களைத்

நன்றி: *tripadvisor*

பிரகதீஸ்வரர் கோயில்

நன்றி: *ynotpics*

தெரு ஓரத்தில் ராமர் கோயில்

தவிரப் புதிதாகக் கட்டப்படும் சாலைகள், குடியிருப்புகள், மருந்துவமனை வளாகங்களிலும் கோயில்கள்; தமிழ்நாட்டில் கோயில்களுக்குக் குறைவே இல்லை.

இத்தனைக்கும் வேடிக்கை என்னவென்றால் இந்து மதத்தில் கோயிலுக்குப் போவது, கும்பிடுவது அவசியமா என்று யாராவது கேட்டால் அவசியமில்லை என்றுதான் பதில் வரும். இந்து மதத்தில் கோயிலுக்குப் போய்த் தொழுவது ஒருவருடைய ஆன்மிக வளர்ச்சிக்கு நல்லது, உபயோகப்படும் என்பதைத் தவிர அது கட்டாயமோ அவசியமோ இல்லை; அவரவர் தனக்குத் தகுந்தபடி ஆன்மிகச் செயல்பாடுகளைத் தேர்ந்தெடுத்துக் கொண்டு அதைப் பின்பற்றுவதே வழக்கமாகிவிட்டது.

இந்து மதத்தில் தனி மனிதரின் ஆன்மிக வளர்ச்சி மிக முக்கியம். அதற்கு அடுத்தவர்கள் இருப்பதோ இல்லாததோ தொடர்பற்ற விஷயம். ஆன்மிக வளர்ச்சியை எந்த விதத்திலும் பெறலாம். கோயிலுக்கும் போகலாம், அல்லது வீட்டிலும் (காட்டிலும், ஏன் சுடுகாட்டிலும்கூட !) ஜபம், பூஜை, தியானம் செய்யலாம்; ஒரு குருவை, அவர் கூறிய வழியைப் பின்பற்றலாம், அல்லது தானே கண்டுபிடித்த ஒரு வழியைக் கடைப்பிடிக்கலாம் என்று நம்புகிறார்கள்.

யோக சாஸ்திரங்கள், மனிதனின் உடம்பையே கோயிலாகக் கொள்ளுமாறு சொல்லுகின்றன. யோகம், தியானம் போன்ற பயிற்சி செய்து கடவுளைக் காணுங்கள் என்றும் போதிக்கின்றன.

கோயிலாவது ஏதடா,
குளங்களாவது ஏதடா,
கோயிலும் குளங்களும் கும்பிடும்
குலமாரே,
கோயிலும் மனத்துளே குளங்களும்
மனத்துளே,
ஆவது அழிவது
இல்லைஇல்லை இல்லையே.

சிவவாக்கியர்

யூத மதம், கிறிஸ்தவ மதம், இஸ்லாமிய மதங்களைப் பின்பற்றுபவர்கள் ஒரு இடத்தில் கூடித் தொழுகை / பிரார்த்தனை செய்வது அவசியமான ஆன்மிகச் செயலாகக் கருதப்படுகிறது. அவற்றிலும் தனி மனிதனின் ஆன்மிக வளர்ச்சி முக்கியம் என்றாலும் கூடித் தொழுவது அவசியம் என்று கருதப்படுகிறது.

மிகப் பழமையான யூத மதத்தில் இவ்வாறு காண்கிறோம்: பண்டைக் காலத்தில் யூதர்கள் எகிப்திற்குச் சென்று குடியேறினார்கள்; அங்கே அவர்கள் அடிமைகளாக இருந்தார்கள்; அவர்களில் சிலர் மெல்ல மெல்ல முன்னேறினார்கள்; அது சகிக்காமல், யூதர்கள் தன்னைக் கவிழ்த்துவிடுவார்களோ என்று எஞ்சிய, எகிப்த் அரசன் ஃபாரோ ராம்சே 'ப்ளேக்' என்ற

நன்றி: *Wikimedia*

மோசேஸ் கடவுளின் கட்டளை கல்லை காண்பித்தல்

தொற்றுநோய் பல தடவை வந்ததற்கு யூதர்களே காரணம் என்று எகிப்திலிருந்து யூதர்களை நாடு கடத்தினான்.

ஆயிரக்கணக்கான யூதர்கள் பல ஆண்டுகள் (கிட்டத்தட்ட 40 ஆண்டுகள்) பாலைவனத்திலும் வறண்ட பிரதேசங்களிலுமாகப் பயணம்செய்து பல கஷ்ட நஷ்டங்களைத் தாங்கிக் கொண்டு ஜெருசேலம் சென்றுகொண்டிருந்தபோது, மோசேஸ் என்ற தலைவர் பல நாட்கள் ஸினை என்ற மலையில் தவம் செய்து கடவுளின் அறிவுரைகளைக்கொண்டுவந்தார்; அப்போது பொதுமக்களாகிய யூதர்கள் தங்கத்தால் செய்த பசுங்கன்றை உருவ வழிபாடு செய்வதைப் பார்த்து மிகவும் வருந்தினார். (எகிப்தில் அப்போது உருவ வழிபாடு இருந்தது.)

கடவுள் ஒருவரையே மனதில் கருதித் தொழுகை செய்ய வேண்டும் என்றும், டபர்னகில் என்ற கூடாரத்தில் மக்கள் எல்லோரும் ஒரு சேரக் கூடித் தொழுகை நடத்த வேண்டும் என்றும், "நான் என்னைக் கூடித்தொழுவோரிடையில் இருக்கிறேன்." என்று கடவுள் கூறினார் என்றும் மோசேஸ் கூறினார். இதனைத் தொடர்ந்து கிறிஸ்தவ, இஸ்லாமிய மதங்களும் கூட்டுத் தொழுகையைக் கடைப்பிடிக்கின்றன.

கிறிஸ்தவ மதத்தில் மக்கள் ஞாயிற்றுக்கிழமைகளில் தேவாலயங்களில் கூடிப் பிரார்த்தனை செய்வது பலரும் அறிந்த விஷயமே. பலர் சர்ச்சுக்குப் போவதில்லை என்பது வேறு விஷயம். இஸ்லாமிய மதத்தில் மசூதியில் கூடி தினமும் பிரார்த்தனை செய்தால் நல்லது, அல்லது குறைந்த பட்சம் வெள்ளிக்கிழமைகளில், அதுவும் முடியாவிட்டால் பண்டிகை நாட்களிலாவது கூட வேண்டும் என்னும் நியமம் இருக்கிறது.

இந்து மதத்தில் சர்ச் அல்லது மசூதி போன்ற இடத்தில் கூடி கூட்டுதொழுகை செய்ய வேண்டும் என்ற மரபு இல்லை. மேலும் கடவுளை உருவத்திலும் காணலாம், அருவமாகவும் வழிபடலாம் என்று நினைக்கிறார்கள்.

கடவுளை அருவமாகக் காண்பது மனித அறிவுக்குக் கஷ்டமான காரியம், அதனால் உருவ வழிபாடும் ஏற்கத் தக்கதே என்று கோயில்கள் நியமித்து உருவ வழிபாட்டையும் ஆதரிக்கிறார்கள்.

ஆபிரகாமிய மதங்கள் ஆரம்பத்திலிருந்தே உருவ வழிபாட்டை எதிர்த்தன. அவை அருவ வழிபாட்டை நிலைநாட்டுவது என்ற கொள்கையைப் பின்பற்றும் மதங்கள். அவர்கள் எங்கு சென்றாலும் உருவ வழிபாட்டை எதிர்த்தும் பல தெய்வங்களைக்

கொண்டாடும் மதங்களை எதிர்த்தும் போரும் போராட்டமும் செய்து வந்திருக்கிறார்கள் என்பது சரித்திரம்.

கோயிலுக்குப் போவது கட்டாயம் இல்லை என்றால் கோயில்கள் எதற்கு?

இந்தக் கேள்விக்குப் பதில் வேண்டுமென்றால் இந்து மதத்தின் அடிப்படைக் கொள்கைகளையும் அதன் சரித்திரத்தையும் தெரிந்துகொள்ள வேண்டும். கோயில்கள் ஆன்மிக சக்தி கூடிய களம் என்று நம்புகிறார்கள். அந்த சக்தியை அடைய நாம் கோயிலுக்குப் போகிறோம். கோயிலில் தரிசித்த பிறகு சிறிது நேரம் உட்கார வேண்டும் என்பது நியதி. அதாவது ஆன்மிக சக்தியை உணர்ந்து உடம்பிலும் மனதிலும் ஊறுவதற்காகச் சிறிது நேரம் உட்கார வேண்டும். ஆன்மிக சக்தி கோயிலில் உள்ள தெய்வங்களிலும் உள்ளது. அங்கே போகும் மக்களிடமும் உள்ளது. அதை உள்வாங்குவதற்கு நாம் தயாராக இருந்தால் அது நமக்கும் கிடைக்கும். ஆனால் நமக்குத் தன்னிச்சையாக வீட்டிலோ அல்லது வெளியிலோ ஒரு ஆன்மிக வழி – வழிபாடு இருந்தால் கோயில் நமக்கு அவசியமில்லை.

கோயிலில் உள்ள சக்தி என்பது என்ன?

கோயிலில் உள்ள சக்தி உலகெங்கும் பரவிய சக்தியின் (அதை கடவுள், பிரம்மன் என்று பலவிதமாக அழைக்கிறோம்) தனியொரு அம்சம் என்ற கருத்து நிலவுகிறது. உலகெங்கும் பரவிய சக்திக்குப் பிறப்பும் இல்லை, இறப்பும் இல்லை. அது எல்லாப் பொருள்களிலும் ஜீவராசிகளிலும் இருக்கிறது ஒவ்வொரு பொருளும் ஜீவராசியும் அதனுடைய தனியொரு அம்சம் என்பது இந்துக்களின் நம்பிக்கை. பிரஹலாதனின் வார்த்தைகள் அதை எடுத்துக் காட்டும்: "தூணிலும் இருப்பார், துரும்பிலும் இருப்பார்." ஆனால் அதே சமயம் அது கைக்கெட்டாத அறிய முடியாத பொருளும் ஆகும்.

தெய்வங்களும் அதனுடைய தனியொரு அம்சமே. தெய்வங்கள் – சிவன், விஷ்ணு, பார்வதி, சரஸ்வதி, லக்ஷ்மி, கணபதி, ஹனுமான் என எந்தத் தெய்வமாகட்டும் – அது ஏதோ ஒரு குணத்தைச் சிறப்பாக எடுத்துக்காட்டும். கடவுள் என்ற சொல்லில் இரண்டு சொற்கள் மறைந்து இருக்கின்றன. கட – இவ்வுலகத்தை எல்லாம் கடந்து நிற்கும் பொருள்; உள் – நம்முள்ளேயும் இருக்கும் பொருள். நம்முள்ளேயும் இருக்கும் என்ற கருத்தால் தனி ஒரு மனிதனும் தெய்வமாகக்கூடும். மனிதன் என்பவன் தெய்வமாகலாம் என்று தமிழில் ஒரு சினிமா பாட்டுக்கூட இருக்கிறது. அவதாரங்கள் என்று கருதப்படுபவர்கள் – ராமன், கிருஷ்ணன், சீதை போன்றவர்கள் – மனிதனாகப்

பிறந்தும் அவர்களுடைய செயல்களால் தெய்வமாகிறார்கள். சிறிய பெரிய அவதாரங்கள் அவ்வப்போது வந்துகொண்டே இருப்பார்கள் என்று இந்துக்கள் நம்புகிறார்கள்.

ஆபிரகாமிய மதங்களில் கடவுளுக்கும் மனிதனுக்கும் கடக்க முடியாத தூரம்; கிறிஸ்தவ மதத்தில் இயேசு கிறிஸ்து ஒருவரே கடவுளை அறிந்தவர், கடவுளின் அவதாரம், அவருக்குப் பிறகு அவதாரம் இல்லை என்று மதிக்கிறார்கள். இஸ்லாமிய மதத்திலும் இறைத் தூதர் முஹம்மது ஒருவரே கடவுளை அறிந்தவர், அவரே கடைசித் தூதர் என்று நினைக்கிறார்கள்.

கடவுளை நேராகத் தரிசிப்பது, உணர்வது, அனுபவிப்பது என்பது தூதர்களுக்கே முடியும், சாதாரண மக்களுக்கு முடியாது என்ற நம்பிக்கை இருக்கிறது. அதனால் அவர்கள் கடவுளை தரிசித்தேன் என்று யாராவது சொன்னால் அவர்களைத் தண்டிக்கிறார்கள். அவற்றில் கடவுளை நேராகக் காணுதல் போன்ற அகநிலை மரபுகள் இருந்தாலும் அவை சிறிய அளவில் அங்கங்கே மறைவாகச் செயல்படுகின்றன.

இவ்வுலகம் எப்படி ஆரம்பமாயிற்று, கடவுள் எப்படி அதைப் படைத்தார் என்று ஒரு விளக்கம் அந்த மதங்களில் உண்டு. இந்து மதத்தில் இவ்வுலகம் எப்படி உதித்தது என்பதற்குப் பல கதைகள் உள்ளன. ஆனால் அவை எல்லாமே இவ்வுலகத்திற்கு ஆரம்பமோ முடிவோ இல்லை; உலகம் மறுபடி மறுபடி தோன்றும், மறையும்; யுகங்களாகவும் கிரக, நட்சத்திரங்களாகவும் பூவுலகமாகவும் விரியும் என்று கூறுகின்றன.

உலகம் மறைந்திருக்கும்போது பரம்பொருள் - புருஷன் – என்ற சக்தி தூக்க நிலையில் இருக்கும்; அது விழித்துக்கொள்ளும் போது தனிமையாக இருக்கும்; அப்போது அதில் பிரகிருதி அல்லது இயற்கை என்ற ஒரு பெண் வடிவம் உண்டாகும். இயற்கையில் பல பொருள்கள், ஜீவராசிகள், தெய்வங்கள் எல்லாம் தோன்றும். பிரம்மா, விஷ்ணு போன்ற தெய்வங்களும் சகல ஜீவராசிகளும் அந்தப் பரம்பொருளிலிருந்து தோன்றியவையே என்று கருதப்படுகிறது.

ரிக் வேதத்தில் நாஸதீய சூக்தம் இவ்வாறு கூறுகிறது.

"அப்போது இருந்ததுமில்லை, இல்லாததுமில்லை, உலகமு மில்லை, வானமும் இல்லை. எது அசைந்தது? எங்கே? யாருடைய காப்பில் இருந்தது?"

"அப்போது சாவுமில்லை; சாவின்மையும் இல்லை. இரவு மில்லை; பகலுமில்லை. காற்று இல்லாமலே அது மூச்சுவிட்டது. வேறு ஒன்றுமில்லை."

"இருளையும் மறைக்கும் இருள்தான் இருந்தது; எல்லாம் ஜலமயமாக இருந்தது. சூன்யத்தில் மறைந்திருந்த அது தவத்தின் உஷ்ணத்தால் வெளிவந்தது."

"பிறகு ஆசை கிளம்பியது. அதுதான் முதல் விதை. இல்லாதிலிருந்து இருத்தல் கிளம்பியதை ரிஷிகள் தங்கள் தவத்தால் உணர்ந்தார்கள்."

"ஆசையின் கயிறு வெகு தூரம் சென்றது. கீழே சென்றதா? மேலே சென்றதா? விதை விதைப்பவர்கள் இருந்தார்கள்; பெரிய சக்திமான்கள். கீழிருந்து உந்துதல் இருந்தது; மேலிருந்து கொடுத்தல் இருந்தது."

"சிருஷ்டி எப்போது ஆரம்பித்தது? எங்கிருந்து வந்தது? யாருக்குத் தெரியும்? இங்கே யார் சொல்ல முடியும்? தெய்வங்கள் இந்த உலகம் ஆரம்பித்த பிறகே வந்தார்கள். எப்போது சிருஷ்டி ஆரம்பித்தது என்று யார் அறிவார்கள்?"

"எங்கிருந்து வந்தது இந்த சிருஷ்டி? கடவுள் படைத்தாரா? தானாக உண்டாகியதா?

எங்கும் நிறைந்த, எல்லாம் அறிந்த அந்தக் கடவுளுக்குத்தான் தெரியும்; அவருக்கும் தெரியாதோ என்னவோ?"

பரவியிருக்கும் தெய்வ சக்தியைக் குவித்து ஒரு குறிப்பிட்ட இடத்தில், தெய்வச் சிலைகளில் தருவித்து நிறுத்தி வழிபாடு செய்வதே கோயில். இந்த சக்தி எப்படிக் கோயிலுக்குள்ளே சிலையில் வந்தது என்று ஸ்தல புராணங்கள் விவரிக்கின்றன. ஒவ்வொரு கோயிலும் அதில் உள்ள தெய்வமும் எங்கும் விரவிய சக்தியின் தனித்துவம் கொண்ட ஒரு அம்சம் என்று நம்புகிறார்கள்.

தியாகராஜ சுவாமி திருவாரூருக்கு எப்படி வந்து சேர்ந்தார்?

விஷ்ணு பகவானுக்குப் பிள்ளையில்லை. சிவனை மனதில் கொண்டு தபஸ் செய்தார் . அவருக்கு மகன் பிறந்தான். ஆனால் பார்வதிக்குக் கோபம் வந்துவிட்டது. விஷ்ணு தன்னை அலட்சியம் செய்தார், பிரார்த்தனை செய்யவில்லை என்று கோபம் – பிள்ளை பிறப்பான், ஆனால் உடனே இறந்துவிடுவான் என்று சபித்தாள். விஷ்ணு உடனே விஸ்வகர்மாவைக் கூப்பிட்டு சோமாஸ்கந்தர் – சிவன், தேவி, நடுவில் குழந்தை ஸ்கந்தன் – சிலையை உருவாக்க சொல்லி, பார்வதி இல்லையேல் சிவன் இல்லை என்று பூஜித்தார். விஷ்ணுவின் மார்பின் ஏற்ற இறக்கமே சிவனுடைய அஜபா நடனம் என்று திருவாரூர் கோயிலில் கருதப்படுகிறது.

சில காலம் கழித்து காளியன் என்ற அசுரன் இந்திரன் மேல் படை எடுத்தான். இந்திரன் விஷ்ணுவைச் சரணமடைந்தான். விஷ்ணு சோமாஸ்கந்த விக்ரஹத்தைக் கொடுத்து பூஜிக்கச் சொன்னார். அவ்வாறே இந்திரன் செய்து போரில் வெற்றி அடைந்தான்.

பின்பு வலன் என்ற அசுரன் இந்திரனைப் போருக்கு அழைத்தான். அப்போது இந்திரன் சோழ நாட்டு அரசன் முசுகுந்த சக்ரவர்த்தியின் உதவியினால் வெற்றி பெற்றான். இந்திரன் முசுகுந்த சக்ரவர்த்தியிடம் எதை வேண்டுமானாலும் அன்பளிப்பாகத் தருகிறேன், கேள் என்றான். முசுகுந்தன் எனக்கு வேறு ஒன்றும் வேண்டாம், நீ பூஜிக்கும் சோமாஸ்கந்த விக்ரஹத்தைக் கொடு என்று கேட்டான். இந்திரனுக்கு அதைக் கொடுக்க விருப்பமில்லை. அதே விக்ரகத்தைப் போல் ஏழு விக்ரஹங்களைச் செய்து இவற்றில் எது வேண்டுமோ அதை எடுத்துக்கொள் என்று கூறினான். முசுகுந்தன் பக்தியைப் பாராட்டி சிவனே அவனுக்கு எது அசலான விக்ரகம் என்று சொல்லிக் கொடுத்தார். அதை அவன் காட்டியதும் இந்திரன் வெட்கப்பட்டு ஏழு விக்ரஹங்களையும் கொடுத்துவிட்டான். அவற்றை எடுத்துவந்து அசல் விக்ரஹத்தைத் திருவாரூரிலும் மற்றவற்றை ஏழு ஊர்களிலும் பிரதிஷ்டை செய்தான். இதனால் இந்த ஊர்களுக்கு 'சப்த விடங்க ஸ்தலம்' என்று பெயர் வந்தது என்பது தல புராணம்.

கோயில்களில் பூஜை அல்லது வழிபாடு இல்லையென்றால் அது ஆன்மிக சக்தியை இழந்துவிடுகிறது. ஆனால் அந்த ஆன்மிக சக்தியை முறையாக மறுபடியும் கும்பாபிஷேகம் போன்ற சடங்குகளால் மீண்டும் வரவழைக்க முடியும் என்ற நம்பிக்கை உள்ளது. நம் நாட்டில் பல கோயில்கள் பாழடைந்து கிடக்கின்றன. ஆனால் அவற்றைப் புனரமைக்க முடியும். ஏனென்றால் ஆன்மிக சக்தி, கடவுள் (அது பல வகையாகச் சொல்லப்படுகிறது – பரமாத்மா, பிரம்மம்) என்ற சக்தி நம்முள்ளும் நம்மைச் சுற்றியும் எப்போதும் பரவி விரவி இருக்கும் ஒரு சக்தி. அதைப் பக்தி சிரத்தையுடன், வழிபாடுகளின் மூலம் நினைவுபடுத்திக் கொள்வதே நாம் செய்ய வேண்டிய வேலை. இதைக் கோயில்கள் செய்துகொண்டிருப்பதால் அவை சக்திக் களமாக இருக்கின்றன.

கோயில்கள் ஏன் கைவிடப்படுகின்றன? ஒரு ஊரிலிருந்து மக்கள் வெளியேறினால் அங்குள்ள கோயில் கைவிடப்படுகிறது. வெள்ளம், பஞ்சம், தொற்று நோய்கள், போர்கள், பேய் பிசாசுகளின் புழக்கம் போன்ற பல காரணங்களினால் மக்கள் ஊரை விட்டு வெளியேறுவது பண்டைய காலத்தின் காரணங்கள்.

கோயில்கள் சேதமடையும்போது என்ன செய்வது? கோயில் சிலைகள் திருட்டுப்போனால் என்ன செய்வது? கோயில்கள் சேதமடைந்தால் தனவந்தர்களைக் கேட்டுப் பணம் சேமித்துத் திருப்பணி செய்வதும் உண்டு. தமிழ்நாட்டில் நாட்டுக்கோட்டை செட்டியார்கள் பல கோயில்களைப் புதுப்பித்துள்ளனர்.

கோயில் சிலைகள் அடிக்கடி அவற்றின் மேல் உள்ள நகைகளுக்காகவும் சிலையின் உலோக மதிப்பிற்காகவும்

திருடுபோவதும் உண்டு. பல கோயில்களில் விலை மதிக்க முடியாத நகைகள், சிம்ஹாசனங்களில், வாயிலில் உள்ள வெள்ளி / தங்கக் காப்புகள், திருடுபோயிருக்கின்றன. திருடர்கள் நகைகளை, சிலைகளை உருக்கிப் பணம் பெறுவார்கள்.

சில சமயம் திருடர்கள் நகைகளைத் திருடிக்கொண்டு சிலையை எங்கேயாவது போட்டுவிட்டுச் சென்று விடுவார்கள். அவர்களுக்கும் கடவுள் என்றால் பயம் தானே! பொதுவாகக் கோயில்களில் உள்ள உலோகச் சிலைகளுக்குத் திருடு, சேதம், நாளடைவில் பாழடைதல் எல்லாம் சகஜம். அவற்றைத் திருப்பணி செய்து பாதுகாப்பதும் சகஜம்.

நான் என் பி.எச்.டிக்காகத் திருவாரூரில் களப்பணி செய்துகொண்டிருந்த காலத்தில் அங்கே இருந்த மரகத லிங்கம் திருடுபோய்விட்டது. போலீசார் தீவிரமாக விசாரணை செய்து கொண்டிருந்தார்கள். நான்கு நாட்களுக்குப் பிறகு அந்தச் சிலை பிராகார சுவர் மேல் வைக்கப்பட்டிருந்ததைக் கண்டார்கள்.

நன்றி: *navrangindia*

தியாகராஜ ஸ்வாமி ஓவியம்

3

இந்து தர்மத்தின் விசேஷம் என்ன?

சமீபத்தில் ஒரு வாட்சாப் செய்தி வந்தது.

"கடவுளை நம்புகிறீர்களா? நல்லது. நீங்கள் ஆஸ்திகர்கள். நம்பவில்லையா? பரவாயில்லை. நீங்கள் நாஸ்திகர்கள். கடவுளைத் திட்டுகிறீர்களா? நீங்கள் விரோத பக்தி செய்பவர்கள். சிலைகள்/ படங்கள் வைத்து உருவ வழிபாடு செய்கிறீர்களா? செய்யுங்கள். உருவ வழிபாட்டில் நம்பிக்கை இல்லையா? நிர்குண கடவுளை வழிபடுகிறீர்கள். சில நம்பிக்கைகளை எதிர்க்கிறீர்களா?

தர்க்கம், நியாயம் எல்லாம் இந்து மதங்களில் சேர்ந்தவையே. நீங்கள் பகவத் கீதையிலிருந்து உபநிஷத்துகள், புராணங்கள் எல்லாம் படிக்க விரும்புகிறீர்களா? படியுங்கள். புராணக் கதைகள் மேல் நம்பிக்கை இல்லையா? பக்தி மார்க்கத்தை அல்லது ஞான மார்க்கத்தையோ கடைப்பிடியுங்கள், போதும். வாழ்க்கை அனுபவிப்பதற்கே என்று நம்புகிறீர்களா? நமது சார்வாகத் தத்துவம் அதையே சொல்லுகிறது.

எளிமையாக இருக்க வேண்டும் என்று நினைக்கிறீர்களா? சந்யாசிகளைப்போல் இருக்கலாமே. கடவுள் இல்லை, இயற்கைதான் உண்டு என்று நம்புகிறீர்களா? இயற்கையை பிரகிருதி/சக்தியாக உபாசிக்கலாம். குருவைத் தேடிக்கொண்டிருக்கிறீர்களா? நம் நாட்டில் அவர்களுக்குக் குறைவே இல்லை. குருமார்கள் மேல் நம்பிக்கையில்லையா? நீங்களே படித்து யோசித்து தியானம் செய்யுங்கள். பண்டிகைகளைக் கொண்டாடும் இந்துவா நீங்கள்? மகிழ்ச்சியுடன்

செய்யுங்கள். கொண்டாட நேரம் இல்லையா? பரவாயில்லை, ஒழிந்தபோது செய்யுங்கள். மாதாமாதம் பண்டிகைகள் வந்துகொண்டே இருக்கும்.

கோயிலுக்குப் போவது உங்களுக்குப் பிடிக்குமா? கோயில்கள் நம் நாட்டில் இறைந்து கிடக்கின்றன. கோயிலுக்குப் போவது இஷ்டம் இல்லையா? பிரச்சினை இல்லை. வீட்டிலேயே உங்களுக்கு மனசுக்கு வந்தபடி வழிபடுங்கள். நீங்கள் எது செய்தாலும் செய்யாவிட்டாலும் நீங்கள் இந்துதான். இந்துக் குடும்பத்தில் பிறந்துவிட்டால் உங்களை இந்து மதத்திலிருந்து நீக்கவே முடியாது. இந்து மதத்தில் மதமாற்றுதல் அல்லது மதம் மாறுதல் என்ற வழக்கம் கிடையாது. உங்களுக்கு வேண்டிய வழிபாட்டு முறையை நீங்கள் தேர்ந்தெடுத்துக்கொள்ளலாம். 'சர்வே ஜனா சுகினோ பவந்து' – 'எல்லா ஜீவராசிகளும் சுகமாக மகிழ்ச்சியாக இருக்க வேண்டும்' என்பதே இந்து தர்மம்." இதனால்தான் இந்து மதத்தை 'ஒரு வாழ்க்கை வழி' – 'வே ஆப் லைப்' என்று கூறுகிறார்கள்."

இது ஒரு வகையில் சரிதான். ஆனால் இது பல நூற்றாண்டுகளிலிருந்து பின்னால் பார்க்கும் பின்பார்வை. அந்தந்தக் காலங்களில் அவை ஒன்றுக்கொன்று போட்டியாகவோ அல்லது எதிரிகளாகவோ கருதின. ஆனால் அடிப்படையில் மனிதர்கள் ஒரு பொருளை வெவ்வேறு பார்வையில் பார்க்க முடியும் என்று இந்து சமூகத்தில் நம்பினார்கள். பார்வையற்றவர்கள் யானையைப் பார்த்த கதையை இங்கே நினைவுபடுத்திக்கொள்ள வேண்டும்.

பார்வையற்றவர்கள் சிலர் ஒரு யானையைத் தடவிப் பார்க்கிறார்கள். தங்கள் கைகளின் மூலம் யானை எப்படிப்பட்டது என்று உணர முயலுகிறார்கள். ஒவ்வொருவரும் யானையின் வெவ்வேறு உறுப்புகளைத் தடவுகிறார்கள். ஒருவர் அதன் தும்பிக்கையைத் தடவுகிறார்; இன்னொருவர் காதுகளைத் தடவுகிறார். வேறு ஒருவர் அதன் வாலினைத் தடவுகிறார். காதைத் தொட்டவர் யானை முறம் போன்றது என்கிறார். காலைத் தொட்டவரோ யானை தூண் போன்றது என்று சொல்லுகிறார். தும்பிக்கையைத் தொட்டவருக்கு யானை பாம்பு போன்றதாகவும், வாலைத் தொட்டவருக்குக் கயிறு போன்றதாகவும், வயிறைத் தொட்டுப் பார்த்தவருக்கு சுவர் போலவும் தோன்றுகிறது. அவர்கள் எல்லோரும் அவர்கள் அளவில் உண்மையைத்தான் கூறினார்கள். ஆனால் யானை என்ற முழு உண்மையை அவர்களால் கூற முடியவில்லை.

அப்படியானால் இந்து மதத்தில் விதிமுறைகள், கட்டுப்பாடுகள் இல்லையா? இருக்கின்றன. உண்மையில் நமக்கு சாதி / ஊர்க் கட்டுப்பாடுகள் அதிகம்; கைவிலங்குபோல் அவை இறுக்கமாக இருக்கும். அவற்றை மீறுவது அவ்வளவு சுலபமில்லை. ஆனால் கடவுள் / மத நம்பிக்கையைப் பொறுத்தவரை தனி மனிதனுக்குச் சிறிதளவாவது சுதந்திரம் உண்டு. வைஷ்ணவக்

குடும்பத்தில் பிறந்தவன் சிவனைப் பூஜிக்கலாம்; சைவன் வைஷ்ணவனாகலாம்; சக்தி உபாசகனாக இருக்கலாம். சந்நியாசியாக இருக்க விரும்பலாம்; குடும்ப சந்நியாசியாகவும் இருக்கலாம் (ராமகிருஷ்ண பரமஹம்சர்போல்). குடும்பத்தாருக்கு இவ்வாறு சம்பிரதாயம் மாறுவது பிடித்தாலும் பிடிக்காவிட்டாலும் தடுக்க முடியாது. இஷ்ட தெய்வம், அதாவது அவரவர்கள் தனக்கு இஷ்டமான தெய்வத்தைப் பூஜிக்கலாம் என்ற கருத்து நமக்கு சுதந்திரத்தைக் கொடுத்திருக்கிறது. மதமாற்றம் என்று தனியாக ஒரு ஏற்பாட்டை அமைக்கவில்லை.

இந்து தர்மத்தில் 'பாவம்' அல்லது 'தீங்கு' என்ற கருத்து இல்லை. 'அஞ்ஞானமே அல்லது அறியாமையே பாவம்' – உண்மையைத் தெரிந்துகொண்டால், அறிவு, தெளிவு, ஞானம் வந்து விட்டால், மனிதன் பாவ காரியங்களைச் செய்ய மாட்டான். ஞானியானவன், பக்தி உள்ளவன், இயற்கையாகவே புண்ய காரியங்களையே செய்வான். அதனால் ஞானத்தை நோக்கிப் பயணிப்பதுதான் நம்முடைய கடமை. கடவுளை நேராக உணர்வதுதான் மிகவும் முக்கியம் என்று கருதுகிறார்கள்.

'அசல் பாவம்' அல்லது 'முதல் பாவம்' – ஆதி மனிதன் செய்த ஆண் – பெண் கூடுதல் என்ற பாவச்செயலால் மானிடம் உருவாயிற்று என்ற கருத்து இந்து மதத்தில் இல்லை. ஆண் – பெண் கூடுவதைப் பாவம் என்று கருதுவதில்லை; அது வரையறை இல்லாமல் இருந்தால் கேடு விளைவிக்கும் என்பதே கருத்து. இதைப் பற்றிய ஒரு புராணக் கதை சுவாரஸ்யமானது.

பிரம்மாவுக்கு ஏன் கோயில்கள் இல்லை? பிரம்மா சதரூபா என்ற ஒரு பெண்ணைப் படைத்து இந்த உலகத்தைப் படைத்தார். அவள் மிகவும் அழகாக இருந்தாள். அவள் மேல் மோகம் கொண்ட பிரம்மா, அவள் எங்கு சென்றாலும் அவளைத் துரத்திச் சென்றார். அவளை நான்கு திசைகளிலும் துரத்த நான்கு தலைகளை உண்டாக்கிக்கொண்டார். அவள் மேல் திசையை நோக்கிச் செல்ல பிரம்மாவும் நான்கு தலைகளுக்கு மேலே ஐந்தாவது தலையையும் உண்டாக்கிக்கொண்டார். இந்தத் தகாப்புணர்ச்சி உணர்வைப் பார்த்து சிவனுக்குக் கோபம்வந்து பிரம்மாவின் ஐந்தாவது தலையைக் கொய்து தள்ளினார். பிரம்மா தன் நடத்தைக்கு வருந்தினார். அப்போதிலிருந்து அந்த நான்கு தலைகளும் வேதங்களை ஓதிக்கொண்டிருக்கின்றன.

தகாப்புணர்ச்சி உணர்வை எல்லா சமூகங்களும் கண்டிக்கின்றன. அதுபோல் இந்து மதத்திலும் அது கண்டிக்கப் படுகிறது. ஆனால் எது தகாப்புணர்ச்சி என்பது அந்தந்தச் சமுதாயத்தில் நிர்ணயிக்கப்படுகிறது. உதாரணமாக அத்தை அல்லது மாமன் மகனைத் திருமணம் செய்துகொள்வது

தென்னிந்தியச் சமுதாயங்களில் அனுமதிக்கப்படுகிறது; ஆனால் அது வடஇந்தியச் சமுதாயங்களில் கடுமையாகக் கண்டிக்கப்படுகிறது. இன்னொரு உதாரணம்: மாப்பிள்ளைக்கு வரதட்சிணை கொடுக்கும் வழக்கம் சில சமுதாயங்களில் இருக்கிறது. வேறு சில சமுதாயங்களில் திருமணப் பெண்ணுக்குப் பரிசம் கொடுக்கும் வழக்கம் இருக்கிறது. அவ்வாறே பல சட்டங்கள், கட்டுப்பாடுகள், நியதிகள் உள்ளூர் சமுதாய வழக்கத்தைப் பின்பற்றுகின்றன.

இந்தியாவில் பல பிராந்தியங்கள், மொழிகள், சாதிகள், மத சம்பிரதாயங்கள், கிராம சமூகங்கள் இருக்கின்றன; எது தவறு, எது தீங்கு என்பதையும் சமூகக் கட்டுப்பாடுகளையும் அவையே தீர்மானித்தன. இங்கேயும் சில மடங்கள், சில மத ஸ்தாபனங்கள் இருந்தன; ஆனால் அவற்றின் அதிகாரம், கட்டுப்பாடுகள் உள்ளூர் அளவிலேயே செயலாற்றின. இந்தப் பன்மை இந்து தர்மத்தின், இந்து சமூகத்தின் விசேஷத் தன்மையாகக் கருதப்படுகிறது. வேத காலத்திலிருந்தே 'உண்மை ஒன்றே, ஞானிகள் பலவாறு விவரிக்கிறார்கள்' என்ற வாக்கியம் சொல்லப்பட்டது; கேள்விகளுக்குப் பல விதமான பதில்கள் இருக்கலாம் என்ற கருத்து இருந்தது.

சொல்லப்போனால் இந்தப் பன்மையை எல்லா மதங்களிலும் காணலாம். இஸ்லாமும் கிறிஸ்தவ மதமும் உலகம் முழுவதும் ஒரே மாதிரி இயங்குவதில்லை. வெவ்வேறு நாடுகளில் சிறு வித்தியாசங்களுடன் இயங்குகின்றன. ஆனால் ஆபிரகாமிய மதங்களில் புனித நூல்களும் – பைபிள், குரான், தோரா – மதத்தார்களை ஒழுங்குபடுத்தும் மத ஸ்தாபனங்களும் இந்தப் பன்மைக்கு வேலிபோடுகின்றன.

இந்திய சரித்திரத்தில் அரசுகள் பெரும்பாலும் இந்தியத்துணைக் கண்டத்துக்கு அப்பால் வெளிநாடுகளுக்குச் சென்று அங்கே அரசுகளை அமைக்கவில்லை. கிறிஸ்தவ இஸ்லாமிய அரசுகள் பல வெளிநாடுகளுக்குப் படையெடுத்து வென்று தங்கள் அரசுகளை அமைத்தன. அதற்கு மதத்தையும் மத ஸ்தாபனங்களையும் உதவி கோரின. மாறாக இந்திய, இந்து அரசர்கள் பல மதத்தார்களுக்கு ஆதரவு தந்தார்கள். அவர்களிடையே விவாத சபைகளை ஏற்படுத்தினார்கள். தங்களுடைய சொந்த தனிப்பட்ட நம்பிக்கைகளைக் குடிமக்களும் பின்பற்ற வேண்டும் என்று நினைக்கவில்லை. அரசு, அரசர் எல்லா வகையான மக்களுக்கும் ஒரு குடைபோல் அமைந்து காப்பாற்ற வேண்டும் என்ற கருத்து இருந்தது. இந்த வகையான சரித்திரம் நம்முடைய தேசத்திற்குப் பன்மை முகத்தைக் கொடுத்தது.

நன்றி: *wikipedia*

நவராத்திரி கொலு: வெவ்வேறு தெய்வங்கள், அவதாரங்கள், மதத்தலைவர்கள், தேசத்தலைவர்கள், போலீஸ், கடைக்காரர், அவர் மனைவி போன்ற பொம்மைகள், கல்யாணம், பார்க் போன்ற காட்சிகள் இருப்பதைக் கவனிக்கவும்.

4

வேதங்கள், யாகங்களிலிருந்து கோயில்கள், பூஜைவரை...

வேதங்கள் நான்கும் பல தெய்வங்களைக் கொண்டாடித் தோத்திரங்கள் அமைத்தன; ஆரியர் என்ற சமூகத்தார் அந்தத் தோத்திரங்களைப் பாடித் தீ வளர்த்து இந்திரன், வருணன், மித்திரன், சோமன், போன்ற தெய்வங்களுக்கு யாகங்கள் செய்தனர். பசுக்களின் நெய், பார்லி சோறு, அரிசி சோறு, மாமிசம், மது போன்ற பொருள்களைத் தீக்குண்டத்தில் அளித்து அந்தத் தெய்வங்களைப் புகழ்ந்து போற்றினர். செல்வங்களையும் பசுக்களையும் குழந்தைகளையும் ஆரோக்கியத்தையும் எதிரிகளிலிருந்து காப்பையும் வெற்றியும் வேண்டி யாகங்கள் செய்தனர்.

வேதத் தோத்திரங்களுக்கு விளக்கங்களாக வேத காலத்திலும் பிற்காலத்திலும் பல துறைகள் ஏற்பட்டன – 6 வேதாங்கங்கள், 6 தத்துவ தரிசனங்கள், ஸ்ம்ருதிகள், உபநிஷத்துகள் போன்ற நூல்கள்

யாகம் செய்தல்

படைக்கப்பட்டன. வெவ்வேறு குழுக்கள் கடவுளுக்கும் மனிதனுக்கும் இவ்வுலகத்தில் உள்ள ஜீவராசிகளுக்கும் உள்ள உறவுகளைப் பற்றி சர்ச்சை செய்தார்கள். மீமாம்சம், சாங்கியம், யோகம், போன்ற தத்துவங்கள் தோன்றின. பௌத்தம், சமணம் போன்ற சன்யாச மதங்களும் தோன்றின. பாசுபதர்கள் போன்ற வித்தியாசமான மதங்களும் தோன்றின. இவையெல்லாம் அறிந்து தெரிந்துகொள்ள பொது ஜனங்கள் எல்லோருக்கும் அதிகாரமோ வாய்ப்போ பயிற்சியோ இல்லை, சில குழுக்களுக்கே இருந்தது.

இவற்றில் நிலைத்து நின்ற சம்பிரதாயங்கள் வேத – வேதாந்தம், பௌத்தம், சமண மதம். காலப்போக்கில் இவை ஒன்றுக்கொன்று கருத்துப் பரிவர்த்தனைகள் செய்துகொண்டன; அதன் காரணமாக இவை சில வேத காலக் கருத்துகளைப் பழக்கவழக்கங்களைப் போற்றியும் எதிர்த்தும் செயல்பட்டன. குறிப்பாக பௌத்த, சமண மதங்கள் யக்ஞங்களில் பல மிருகங்களைப் பலி கொடுத்தல் போன்ற செயல்களை எதிர்த்துப் பிரச்சாரம் செய்தன. காலப்போக்கில் இந்து மதத்திலும் யக்ஞம் என்ற வழிபாடு முறையே குறைந்து அல்லது மறைந்துபோய் பூஜை என்ற வழிபாட்டு முறை பிரபலமாகியது. இன்றைய தினம் கேரளத்தில் சில பிராமண சமூகங்கள் யக்ஞங்கள் செய்கின்றன. வேறு இடங்களில் ஹோமம் என்ற சின்ன சடங்கைத் தவிர பெரிய யக்ஞங்கள் செய்வதில்லை.

உபநிஷத்துகள் ‘வேதாந்தம்’, அதாவது வேதங்களின் சாரமாகச் சொல்லப்படுகின்றன. தத்துவரீதியாக அவை முக்கியமாக மூன்று வகையாகும் – அத்வைதம், விசிஷ்டாத்வைதம், துவைதம். சுருக்கமாகச் சொன்னால் அவற்றின் தத்துவங்கள் இவ்வாறு:

மனிதனும் கடவுளும் ஒன்றே, அதை மனிதன் அறிய முடியாமல் மாயை என்ற திரை மறைக்கிறது; ஆசைகளைத் துறந்து ஆன்மிகப் பயிற்சி செய்தால் ஞானம் வரும்; மாயை என்ற திரை விலகி மனிதன் தானே கடவுள் என்று அறிகிறான்; பரமானந்தத்தை அடைகிறான் என்று போதிக்கிறது அத்வைதம்.

கடவுள் என்று ஒருவர் அல்லது ஒரு சக்தி இருக்கிறார்; அது எல்லா ஜீவராசிகளிலும் உடலில் உயிர்போல் மறைந்திருக்கிறது. கடவுளைச் சரணாகதி அடைந்து சதா நினைக்கும்போது கடவுள் தரிசனமாகி பக்தனைத் தன்னுள் சேர்த்துக்கொள்கிறார் என்று விசிஷ்டாத்வைதம் சொல்கிறது.

கடவுளுக்கும் மனிதனுக்கும் தாண்ட முடியாத இடைவெளி இருக்கிறது. பக்தியினால், பூஜையினால் கடவுளுக்கு அருகே செல்லலாமே தவிர கடவுளை அறிய, அடைய முடியாது என்று துவைதம் போதிக்கிறது.

தமிழ்நாட்டில் சிவன் கோயில்கள் ஆகம–சைவ சித்தாந்தத்தையும், வைஷ்ணவக் கோயில்கள் ராமானுஜர் விளக்கம் செய்த விசிஷ்டாத்வைதத்தையும் பின்பற்றுகின்றன.

கி.மு. ஆறாம் நூற்றாண்டுகளில் புத்தர், மகாவீரர் என்ற இரண்டு துறவிக்கள் போதித்த தத்துவங்கள் முறையே பௌத்தம், சமணம் ஆகிய மதங்களாக மக்களிடையே பரவின. இந்த மதங்களை அரசர்களும் செல்வந்தர்களும் ஆதரித்தார்கள். அவை வடக்கு இந்தியாவில் தொடங்கி வெகு சீக்கிரம் தென்னிந்தியாவுக்கும் பரவி, மேலும் கீழை நாடுகளுக்கும் இலங்கைக்கும்கூடப் பரவின. பிட்சு/சன்யாச சங்கங்களை ஏற்படுத்தி, நிலம், கட்டிடங்கள், குகைகள் கொடுத்து பிரச்சாரம் செய்ய வசதிகள் செய்தனர்.

இதை எதிர்த்து வேதங்களைப் பின்பற்றும் வர்ண – சாதிச் சமூகம் தன்னை நிலைநாட்டிக்கொள்ளும் முயற்சியும் நடந்தது. இதிகாச புராணங்கள், ஆகமங்கள் போன்ற சாஸ்திர /வழிபாடு நூல்கள் தோன்றின. கோயில், பூஜை போன்ற வழிபாட்டு முறைகளுக்கு ஆதரவு கிடைத்தன. பிராமணர்கள் மதத்தலைவர்களாக இயங்கினர். வர்ண – சாதிச் சமூகம் இறுகிய கட்டுப்பாடுகளுடன் செயல்படத் தொடங்கின. புதிய தெய்வங்கள், வழிபாடு முறைகள் தோன்றின. கி.பி. நான்காம் நூற்றாண்டுக் காலத்தில் குப்த வம்சத்தைச் சேர்ந்த அரசர்களின் அரசு வந்தபோது இந்த மறுமலர்ச்சிக்கு அரசு ஆதரவும் கிடைத்தது. காலப்போக்கில் பௌத்தமும் சமணமும் நம் நாட்டில் குறுகிய அளவிலேயே தொடர்ந்து செயல்பட்டன.

ஒரு விஷயத்தைக் கவனிக்க வேண்டும்; வேத காலத்திற்கும் இதிகாச புராணங்கள் / ஆகமங்கள் எழுதப்பட்ட காலங்களுக்கும் இடையே 2000 வருடங்கள் உள்ளன. இந்த இடைவெளியில் இந்திய நிலப்பரப்பிலும் சமூகத்திலும் எவ்வளவோ மாறுதல்கள் தோன்றின. மக்கள் வேறுவேறு இடத்திற்கு இடம்பெயர்ந்தார்கள்; சில வம்சங்கள் வளர்ந்தன, முன்னேறின, சில அழிந்து மறைந்தன. புதிய சாதிகள் தோன்றின, பழைய சாதிகள் சில மறைந்தன. இந்து மதமும் பல வகையில் மாறியது.

வேதங்கள், யக்ஞங்களிலிருந்து கோயில்கள், பூஜைவரை...

வேதங்கள் தீ வளர்த்துத் தெய்வங்களைப் பற்றிய தோத்திரங்களைப் பாடி, பலி கொடுத்து வழிபாடு செய்தன. மாறாக, பூஜை என்பது நாம் தேர்ந்தெடுத்த தெய்வத்தை / கடவுளை ஒரு பொருளில் – அது சிலையாக இருக்கலாம், படமாக இருக்கலாம், வெறும் கல்லாக இருக்கலாம், ஒரு செம்பு நீராக

இருக்கலாம் – அதில் தருவித்து, அதை ஒரு உயர்ந்த மனிதன் அல்லது அரசன்போல் பாவித்து, உபசரிக்கும் வழிபாடாகும்.

பாதங்களைக் கழுவி, அபிஷேகம்/ஸ்நானம் செய்வித்து, துணிமணி/ நகைகள் உடுத்தி, உணவு, குடிநீர் / மது கொடுத்து, தூப தீபம் காட்டி, பாட்டுப் பாடி, நடனம் ஆடி மகிழ்வித்து உபசரிப்பது பூஜை என்னும் வழிபாடாகும். வீடுகளில் பூஜை முடிந்த பிறகு அந்தத் தெய்வத்தை அந்த உருவத்திலிருந்து விடுவித்து அனுப்பி விடுவார்கள். கோயில்களில் அவை நிரந்தரமாகக் குடிகொண்டது போல் பாவித்து தினமும் குறைந்தபட்சம் ஒரு வேளையாவது பூஜை செய்வார்கள். நிலம், பணம், சொத்து போன்ற ஆதரவு இருக்கும் கோயில்களில் தினமும் ஆறு கால பூஜையும் வருடத்தில் சில பல உற்சவங்களும் நடக்கின்றன. கோயில்கள் சிறப்பாக இருப்பது அடியார்களின் ஆதரவைப் பொறுத்தது.

கோயில்களில் பூஜை செய்ய வேண்டிய விதிமுறைகள் ஆகமங்களில் குறிக்கப்பட்டிருக்கின்றன. ஆகமம் நான்கு பாகங்கள் கொண்டவை. ஞான பாதம் – கடவுள், மனிதன், உலகம் இவற்றின் உறவு, மனிதனின் மோட்சம், இவற்றின் தத்துவ விசாரம்; யோக பாதம் – மனிதன் கடைப்பிடிக்க வேண்டிய யோகப் பயிற்சிகள், தியான முறைகள்; கிரியா பாதம் – கோயில்கள் கட்ட வேண்டிய விதிகள்/முறைகள், தெய்வங்களை நிலைநிறுத்த வேண்டிய முறைகள், அவற்றை வழிபாடு செய்யும் முறைகள், உற்சவங்கள் நடத்தும் முறைகள் என்று கோயில்கள் சம்பந்தப்பட்ட பல விஷயங்கள்; சரிய பாதம் – தனி மனிதன் வாழ்க்கையில் கடைப்பிடிக்க வேண்டிய விதிகள். இந்து மதத்தில் பல ஆகமங்கள் இருக்கின்றன. அவற்றை யார் தொகுத்தார்கள் என்பது பல சமயம் தெரிவதில்லை. பழக்கவழக்கத்தில் இருக்கும் ஆகமங்களைக் கோயில்களில் பின்பற்றுகிறார்கள்.

வேதங்களில் பல தோத்திரங்களுக்கு ஆளான முக்கியமான தெய்வங்களான – இந்திரன், வருணன், மித்திரன், சோமன், அக்னி, அஷ்வின், மாருதர்கள், வாயு போன்ற தெய்வங்கள் இதிகாச புராண காலங்களில் குட்டி தெய்வங்களாகிவிட்டன; வேதங்களில் குட்டி தெய்வங்கள், மிகச்சில தோத்திரங்களே உடையவை – விஷ்ணு, ருத்ரன், பிரம்மா, கணங்கள், கார்த்திகேயன் – போன்ற தெய்வங்கள் இதிகாச புராணங்களில் பெரிய முக்கியமான தெய்வங்களாகிவிட்டன. குறிப்பாக பிரம்மா, விஷ்ணு, சிவன் இவை மூன்றும் மும்மூர்த்திகளாகக் கருதப்பட்டுக் கோயில்கள் கட்டிக் கொண்டாடப்பட்டன.

பிரம்மா சிருஷ்டி செய்பவர், விஷ்ணு சிருஷ்டியைக் காப்பவர், சிவன் சிருஷ்டியை அழிப்பவர் என்று சொல்லப்பட்டது. பெண்

தெய்வங்களிலும் மாறுதல் ஏற்பட்டன. உஷா, ராத்திரி, அதிதி, தக்ஷிணா போன்ற தெய்வங்கள் மறைந்து லக்ஷ்மி, பார்வதி, சரஸ்வதி, துர்க்கை, காளி போன்ற தெய்வங்கள் தோன்றின. பல பழங்குடி மக்கள், அல்லது ஆரியரல்லாத சமூகங்கள் போற்றி வந்த தேவதைகள் மேற்கண்ட ஆரிய தெய்வங்களோடு சேர்க்கப்பட்டனர். அல்லது மாற்றுப் பெயர் கொண்ட தெய்வங்களாக மாறின.

உதாரணமாகக் தமிழ்க் கடவுளான முருகனும் சேயோனும் கார்த்திகேயனாக ஒன்றானார்கள்; கணபதி பிள்ளையார் ஆனார்; மாயோன் கிருஷ்ணர் ஆனார்; கொற்றவை துர்க்கை ஆனாள். கிராம தேவதைகள் – மாரி அம்மன், பிடாரி அம்மன் – சக்தியின் வெவ்வேறு ரூபமானார்கள். விஷ்ணுவுக்குப் பத்து அவதாரங்கள் கற்பிக்கப்பட்டன.

வேதங்களுக்கும் ஆகமங்களுக்கும், யக்ஞங்களுக்கும் பூஜைகளுக்கும் தொடர்பு என்ன என்ற கேள்வி எழுகிறது. பூஜையும் ஒரு விதமான யக்ஞம் என்று கூறலாம். யக்ஞத்தில் தன்னைப் பலி கொடுப்பதற்குப் பதில் ஏதோ ஒரு பொருளைப் பலி கொடுக்கிறார்கள்; அதேபோல் பூஜை முடிவில் தேங்காயை வெட்டித் தலையில் உள்ள நாரைப் பிடுங்கிப் படையல் செய்வதும் தன்னைப் பலி கொடுப்பதற்குப் பதிலாகச் செய்யும் செயலே என்று கொள்ளலாம்.

கோயில்கள் கட்டும்முன் வாஸ்து புருஷ மண்டலமாக ஒரு சித்திரம் வரைந்து பூஜை செய்த பிறகுதான் கோயில் கட்ட ஆரம்பிக்கிறார்கள். அதில் பல தெய்வங்கள் இருக்கின்றன. அவை பெரும்பாலும் வேதங்களில் குறிப்பிட்ட தெய்வங்கள். அவை குட்டி தெய்வங்களாகக் கோயில்களுக்குக் கீழே அஸ்திவாரத்தில் இருக்கின்றன. 'வாஸ்துபுருஷோச்பதி' என்று ரிக் வேதத்திலும் அதர்வ வேதத்திலும் குறிப்பிடப்பட்டிருக்கிறது. யாக சாலைகள், வீடுகள், கட்டும்முன்பு வாஸ்து புருஷனைப் பிரார்த்தித்துக் கட்டினார்கள்.

ஒரே மண்ணில் தோன்றியதால் அடிப்படையில் சில கொள்கைகள் இந்து மதத்தில் மட்டுமன்று, புத்த, சமண மதங்களிலும் பிற்காலத்தில் வந்த சம்பிரதாயங்களிலும் – சைவம், வைஷ்ணவம், சீக்கிய மதம், சைதன்ய மதம், லிங்காயத மதம் போன்றவற்றிலும் காணலாம். அவை இவ்வாறு:

இவ்வுலகத்திற்கு ஆரம்பமோ முடிவோ கிடையாது; அது உதிக்கும், சில யுகங்களுக்குப் பிறகு மறையும், மறுபடி உதிக்கும், மறையும். அவ்வாறே மனிதனின் உடம்பு சாவுக்கிடமாகிறது.

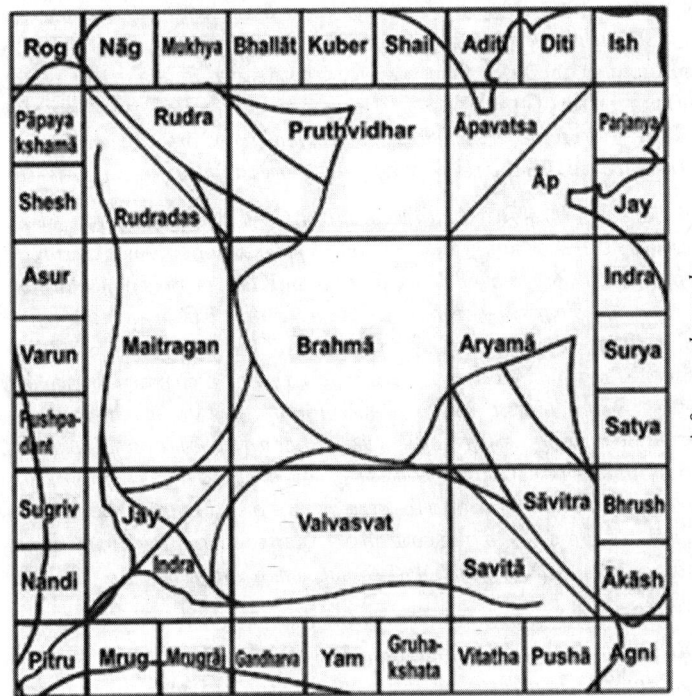

வாஸ்து புருஷ மண்டலம்

நன்றி: *ganeshaspeaks*

ஆனால் மறுபிறப்பு எடுக்கிறது; மனிதன் தான் செய்யும் செயல்களின் பயன்களை இந்தப் பிறப்பிலும் மறு பிறப்புகளிலும் அனுபவிக்கிறான். இன்பத்திற்கும் துன்பத்திற்கும் இடையே தவிக்கிறான்; இந்த நிலையை ஆன்மிக சக்தியினால், ஆன்மிகச் செயல்களினால் கடந்து நிரந்தரமான பரமானந்தத்தை அனுபவிக்க முடியும் என்ற நம்பிக்கைகள் பரவலாக இருந்தன.

இவை தவிர இன்னொரு விஷயத்திலும் வேதங்களுக்கும் கோயில்களுக்கும் தொடர்பு காணலாம். வேதங்கள் பல தெய்வங்களைக் கொண்டாடுகின்றன. ஆனால் யக்ஞத்தில் ஒரு தெய்வத்தைக் கொண்டாடும்போது அந்தத் தெய்வமே எல்லா தெய்வங்களையும்விட உயர்ந்தது என்ற முறையில் தோத்திரங்கள் அமைந்திருக்கும். கோயில்களில் இது கண்ணாடியில் காணும் படிமம்போல் ஆகிறது. கோயில்களில் பல தெய்வங்கள் இருந்தாலும் தலைமையான தெய்வம் ஒன்றே இருக்கும்; மற்ற தெய்வங்கள் அதற்கு அடுத்த கீழ்நிலையில் இருக்கும். இந்த அதிகாரப் படிநிலை வழிபாட்டிலும் வெளிப்படும். தலைமை வகிக்கும் தெய்வத்திற்குப்

பூஜைகள், நைவேத்யம் போன்ற உபசாரங்கள் அதிகமாகவும், மற்ற தெய்வங்களுக்குக் குறைவாகவும் இருக்கும். சில விசேஷ காலங்களில் மட்டும் சில தெய்வங்களுக்குச் சிறப்பாகப் பூஜை செய்வார்கள். பெரிய கோயில்களில் எந்தத் தெய்வத்திற்கு எப்போது எப்படி எவ்வளவு பிரசாதம், நைவேத்யம், உபசாரம் செய்ய வேண்டுமென்கிற விஷயங்கள் நியமிக்கப்பட்டிருக்கும்.

நம் சரித்திரத்தில் கோயில்கள் பல தெய்வங்களைத் தலைமை தெய்வங்களாக வைத்துக் கட்டப்பட்டிருக்கின்றன. அவை யாவும் மேற்கண்ட அதிகாரப் படிநிலையையே பின்பற்றுகின்றன. இதற்கான காரணத்தை யோக சாஸ்திரத்தில் காணலாம். மனிதனின் மனம் பல திசைகளில் போகிறது, பறக்கிறது; எண்ணங்கள் பல மனதில் மோதுகின்றன. இவற்றைக் குவித்து நமக்கு இஷ்டமான ஒரே தெய்வத்தை, ஒரே எண்ணத்தை, ஒரே சின்னத்தை, ஒரே மந்திரத்தை மனதில் தியானம் செய்து, அதையும் கடந்து எண்ணங்களே இல்லாத நிலையை அடைவது யோகம் அல்லது தியானம் என்று சொல்லப்படுகிறது. இந்த நம்பிக்கையால் கோயில்களில் தலைமை தெய்வத்திற்கு முக்கியத்துவம் கொடுக்கப்படும் வழக்கம் வந்திருக்கலாம்.

இதே நம்பிக்கையால் தங்களுக்கு வேண்டிய இஷ்ட தெய்வங்களுக்குக் கோயில்கள் கட்டுகிறார்கள். நமக்கு இஷ்டமான கோயில்களுக்குப் போகும் அல்லது போகாமல் இருக்கும் சுதந்திரமும் நமக்கு உண்டு. இஷ்ட தெய்வம் என்ற கருத்து நமக்கு இந்த சுதந்திரத்தைக் கொடுக்கிறது. சில இந்துக்கள் இயேசு கிறிஸ்துவைக்கூட இஷ்ட தெய்வமாக வழிபடுகிறார்கள். அவர்கள் குடும்பத்தில் ஏற்பட்ட நெருக்கடியான நிலைமையை இயேசு கிறிஸ்துவை வழிபட்டால் தொலைந்து போகும் என்ற பேச்சைக் கேட்டு வழிபட்டு, அந்தப் பிரச்சினை தீர்ந்த பிறகு வேறு தெய்வங்களோடு அவரையும் சேர்த்து வழிபடுவதும் உண்டு.

இயேசு கிறிஸ்து மட்டுமல்ல, ஒரு முஸ்லிம் ராணியையும் இந்துக் கோயிலில் சேர்த்துக்கொண்ட ஒரு உதாரணம் நம் சரித்திரத்தில் இருக்கிறது. இந்தக் கதையைக் கோயில் ஒழுகு என்ற ஸ்ரீரங்கத்து ரங்கநாதர் கோயில் வரலாறை வர்ணிக்கும் தல புராணத்தில் காணலாம்.

தில்லியை ஆண்ட அலாவுதீன் கில்ஜி என்ற அரசனின் தளபதி மாலிக் காபூர் ஸ்ரீரங்கத்தின்மீது படையெடுத்து ஸ்ரீரங்கத்துக் கோயில் உற்சவ சிலையைக் கடத்திச் சென்றான். அதைத் தன் மகளுக்கு விளையாட்டுப் பொம்மையாகக் கொடுத்தான். அவள் அதை மிகவும் நேசிக்க ஆரம்பிக்கிறாள். அதை மீட்க வேண்டும் என்று

ஸ்ரீரங்கத்திலிருந்து சிலர் கிளம்பி, தில்லிக்கு வந்து மாறுவேடத்தில் அரண்மனையில் புகுந்து, சிலையைத் திருடிக்கொண்டு போகிறார்கள். அந்தச் சிலைமீது மையல்கொண்ட அரசகுமாரி சூரத்தானி அதைத் தேடிக்கொண்டு ஸ்ரீரங்கம் வந்தடைகிறாள். சிலை அங்கு இல்லாதது கண்டு அவள் கோயிலிலேயே உயிர்விடுகிறாள். பல வருடங்கள் கழிந்த பிறகு அந்தச் சிலை கண்டுபிடிக்கப்பட்டு கோயிலில் சேர்க்கப்படுகிறது. இதற்கிடையில் பூசாரிகள் வேறொரு சிலையை வார்த்து அதற்கு பூஜைசெய்துவருகிறார்கள். பழைய சிலை வந்ததும் அதையும் சேர்த்துப் பூஜைசெய்கிறார்கள். அப்போது ஒரு பூசாரியின் கனவில் வந்த ரங்கநாதர் தான் சூரத்தானியைத் திருமணம் செய்துகொண்டேன் என்று கூறுகிறார். உடனே அவர்கள் அந்தப் பெண்மணிக்குச் சிலை செய்வித்து அதற்குத் துலுக்க நாச்சியார் என்று பெயர் வைத்து அதையும் கோயிலில் தெய்வமாகக் கொண்டாடுகிறார்கள்.

மனிதர்களும் தெய்வங்களும் எல்லா ஜீவராசிகளும் கடைசியில் ஒரு மகத்தான தெய்வ சக்தியின் வெளிப்பாடு என்பதை நம்புபவர்கள் தெய்வங்களையும் சமமாகக் கருதுகிறார்கள்; தனக்குப் பிடித்த தெய்வங்களை வணங்குகிறார்கள்.

நன்றி: vishnudut1926.blogspot

துலுக்க நாச்சியார்

5

கோயில்கள் எத்தனை வகை? கோயில்களில் உள்ள தெய்வங்கள் யாவை?

வேத காலத்திற்குப் பிறகு பிரம்மா, விஷ்ணு, சிவன் என்ற மும்மூர்த்திகள் முக்கிய தெய்வங்களாக கொண்டாடப்பட்டன என்பதை முன்பு பார்த்தோம். பெண் தெய்வங்கள், முக்கியமாக சக்தியின் வடிவமாகத் துர்க்கை, லக்ஷ்மி, சரஸ்வதி ஆகியோர் கொண்டாடப்பட்டார்கள். இந்தத் தெய்வங்களுக்குக் கோயில்கள் கட்டப்பட்டன.

தமிழ்நாட்டில் தெய்வங்களையும் கோயில்களையும் மூன்று வகையில் கொண்டாடுகிறார்கள்: குலதெய்வக் கோயில்கள், கிராம தேவதைக் கோயில்கள், ஊர்க் கோயில்கள். இவை ஒன்றுக்கொன்று சம்பந்தப்பட்டவை. சில கிராம தேவதைகள், ஊர்க் கோயில்கள் சில குடும்பங்களுக்குக் குலதெய்வமாக இருக்கலாம்; சில கிராமதேவதைக் கோயில்கள் பெரிய கோயில்களாக மாறி அந்த ஊருக்கே தனிப்பட்ட அடையாளத்தைக் கொடுக்கலாம்.

பொதுவாகக் கிராம தேவதைக் கோயில்கள் கிராமத்தின் எல்லையில் அல்லது ஒதுக்குப்புறமாக இருக்கும். ஊர்களில் குடியிருக்கும் வீடுகளின் இடையே பொதுவாக, சிவன், விஷ்ணு, ராமர், கிருஷ்ணர், பிள்ளையார், சுப்ரமணியர் போன்ற தெய்வங்களுக்குக் கோயில்கள் இருக்கும். கிராம தேவதைகள் – மாரி அம்மன், கங்கை அம்மன், போச்சம்மா, காளியம்மன்,

போலம்மா, முத்தியாலம்மா, சப்தமாதர்கள், அய்யனார், கருப்புசாமி, மதுரை வீரன் – போன்ற கிராம தேவதைகள் உக்கிர தேவதைகள், அதாவது கோபநிலையில் இருக்கும். மிருக பலி, சுருட்டு, கள்ளு போன்ற தாமச[1] உணவுகளைப் படைப்பார்கள். அவை கிராமத்தில் நோய் நொடிகள், திருடர்கள், காட்டு மிருகங்கள் வராமல் காவல் காக்கும். பிராமணர் அல்லாதோர் இக்கோயில்களில் பூசாரியாக இருப்பார்கள்.

அரேதம்மா

ஊர்க் கோயில்களில் உள்ள தெய்வங்கள் சாந்த நிலையில் இருக்கும். இந்தத் தெய்வங்களுக்குப் பிராமணர்கள் பூசாரியாக இருப்பார்கள்; சாத்வீக உணவு படைப்பார்கள்.

காலப்போக்கில் சில கிராம தேவதைகளும் பிரபலமாகிப் பெரிய கோயில்களாக மாறும்; பிராமணர்கள் அவற்றில் பூசாரியாவார்கள். மாறாகப் பெரிய கோயில்கள் பராமரிப்பு இல்லாமல் சிதிலமடைந்து பாழடைந்துவிடும்.

நாம் வெகுவாகப் பெருமைப்படும் தஞ்சாவூர் பெரிய கோயிலும் பாழடைந்த கோயிலாகத்தான் இருந்தது. அதைக் கண்டுபிடித்து சுத்தப்படுத்திக் கல்வெட்டுகளைப் படித்து மராமத்து செய்த பெருமை 19ஆம் நூற்றாண்டில் தொல்பொருள் ஆராய்ச்சியில் இருந்த ஆங்கிலேயர்களுக்குச் சேரும். அங்கே குடியிருந்த மக்களுக்கு அதன் பெருமை தெரியவில்லை. கிட்டத்தட்ட 800 வருடங்கள் அதை மறந்துவிட்டார்கள்! 'காடுவெட்டி சோழன்' கட்டினதாகச் சொல்லிக்கொண்டார்கள். பூஜைகளும் நடந்ததாகத் தெரியவில்லை. கங்கை கொண்ட சோழபுரக் கோயிலும் அவ்வாறே பாழடைந்த நிலையில் இருந்தது.

ஒரே தெய்வம் சாந்தம் அல்லது அமைதி வடிவிலும் இருக்கும்; உக்கிரம் அல்லது கோப வடிவிலும் இருக்கும்.

---

1 (தாமசம்) காமம், வெகுளி, மயக்கம் ஆகியவற்றை உருவாக்கும் உணவு

நன்றி: *godsownweb.blogspot*

அய்யனார்

அமைதி வடிவ தெய்வங்கள் பெரும்பாலும் குடும்பத்துடன் – மனைவி, மக்கள், சுற்றம், சூழ அடியார்களுடன் – இருக்கும்; எ.கா.: சோமாஸ்கந்தர், மகாவிஷ்ணு. அல்லது சாந்தமான சன்னியாசியாகவும் குருவாகவும் படைக்கப்பட்டிருக்கும் – எ.கா.: தட்சிணாமூர்த்தி. தீயதை அழிப்பதற்குச் சினம் தேவைப்படுகிறது என்ற நம்பிக்கை காரணத்தால் சில தெய்வங்களை உக்கிர வடிவத்தில் வார்த்திருக்கிறார்கள்.

கிராம தேவதைகள் திருடர்களையும் நோய்களையும் எதிர்க்கும் சக்தியாக இருப்பதால் பெரும்பாலும் உக்கிர வடிவத்தில் இருக்கும். அசுரர்களை வெல்லும் தெய்வங்களான துர்க்கை, காளி போன்ற தெய்வங்களும் உக்கிர வடிவத்தில் இருக்கும். சிவனுக்கும் விஷ்ணுவுக்கும்கூட உக்கிர வடிவங்கள் உண்டு. எ.கா.: காலபைரவர், நரசிம்மர்.

உக்கிர வடிவங்கள் பல கைகளுடன் ஆயுதங்களை ஏந்தித் தலையில் தீயுடன் கோபமான பயங்கர முகத்துடன் இருக்கும்; சாந்த தெய்வங்கள் நான்கு கைகளுடன் இருக்கும் கொடுத்தல், காத்தல் என்ற முத்திரையில் இரண்டு கைகள் இருக்கும். மற்ற இரண்டு கைகள் ஆயுதங்களை ஏந்தியிருக்கும். இந்து மதத்தில்

அனைத்துத் தெய்வங்களுமே ஒரு பக்கம் தீங்கை அழித்து, இன்னொரு பக்கம் நன்மையைக் கொடுக்கும் செயலைச் செய்கின்றன என்று கொள்ளலாம்.

சிவன் கோயில்களில் முக்கிய தெய்வம் பெரும்பாலும் லிங்க வடிவத்தில் இருக்கும். புருஷ லிங்கம் ஸ்திரீயின் யோனியின் மேல் நிற்பதுபோல் அமைந்திருக்கும். இது ஆண்–பெண் கூடலை, சிருஷ்டியைக் குறிக்கிறதா என்றால் ‘ஆமாம்’ என்றும் சொல்லலாம், ‘இல்லை’ என்றும் சொல்ல வேண்டியதாக வரும். ஒரு பக்கம் ஆண்–பெண் கூடலை, படைத்தலை, சிருஷ்டியைக் குறித்தாலும், மறு பக்கம் தெய்வங்கள் ஆண்–பெண் கூடலால் சிருஷ்டிப்பதில்லை என்பதும் நம்பிக்கை; அதனால்தான் லிங்கம் யோனியின் உள்ளே இல்லாமல் மேலே நின்றுகொண்டிருக்கும்.

மேலும் விரைப்பாக நின்றுகொண்டிருக்கும் லிங்கத்திற்கு இன்னொரு அர்த்தம் உண்டு: விந்துவை வெளியிடாமல் லிங்கத்தினுள்ளே தங்க் வைத்திருப்பதில் மனித னுக்குப் பெரும் ஆன்மிக சக்தி, பலம் உண்டாகிறது என்ற நம்பிக்கை இந்துக்களிடையே உண்டு. இது சன்யாசிகளுக்குப் பொருந்தும். குடும்பத்தில் ஆண்–பெண் புணருதல் என்பது பிள்ளைகள் பெறுவதற்கே; அதில் மிதமாக ஈடுபட வேண்டும் என்பது கொள்கை.

நன்றி: *wikipedia*

காலபைரவர்

நன்றி: *wikimedia*

நரசிம்மா

நன்றி: commons.wikimedia

லிங்கம்

சிவன் கோயில்களில் லிங்கத்தைத் தவிர வேறு தெய்வங்களும் இருக்கும். முக்கிய மாக அம்மன், பிள்ளையார், முருகன், நடராஜர், நாயன்மார்கள் – இவர்களுடைய சிலைகளும் இருக்கும். பஞ்சலோகத்தில் செய்யப்பட்ட உற்சவர் சிலைகளும் வைக்கப்பட்டிருக்கும். உற்சவ காலங்களில் உபயோகிக்கும் வாகனங்களும் இருக்கும்.

வைஷ்ணவக் கோயில்களில் விஷ்ணுவின் மூலவடிவம் பாற்கடலில் ஆதிசேஷனாகிய பாம்புப் படுக்கையில் படுத்திருக்கும் நிலையில் இருக்கும்; அவர் தொப்புளிலிருந்து பிரம்மா தாமரையில் அமர்ந்திருக்கும் வடிவமும், லக்ஷ்மியும் பூதேவியும் காலடியில் அமர்ந்திருக்கும் தோற்றமுமாக இருக்கும்.

சில கோயில்களில் விஷ்ணு நின்ற வடிவத்தில் இருக்கும். மற்றபடி அம்மன் – லக்ஷ்மி, பூதேவி, ஆண்டாள் – சன்னிதிகளும், ஆழ்வார்களின் சன்னிதிகளும், அவதாரங்களின் – முக்கியமாக ராமன், கிருஷ்ணன், ஹனுமான், ஆழ்வார்கள் – சன்னிதிகளும்

நன்றி: divineinfoguru

ரங்கநாதர்

இருக்கும். பஞ்சலோகத்தில் விழாப் படிமங்களும் வாகனங்களும் கூட வைத்திருப்பார்கள். சில ஊர்களில் விஷ்ணுவின் அவதாரமான ராமன் கோயில்களும் கிருஷ்ணன் கோயில்களும் இருக்கும்.

சக்தி அல்லது அம்மன் கோயில்களில் அம்மன் சாந்த வடிவிலோ உக்கிர வடிவிலோ இருக்கலாம். கிராமக் கோயில்களில் உக்கிரமாகவும் ஊர்க் கோயில்களில் சாந்தமாகவும் வடிக்கப்படும். பெரும்பாலும் அம்மன் கோயில்களில் ஆண் தெய்வங்கள் இருப்பதில்லை; இருந்தாலும் அவர்கள் சேவகன், உதவியாளர் போல் கீழ்நிலையில் இருப்பார்கள்.

பெண் சக்தி என்பது இயற்கையின் வடிவம்; தனித்துவமான சக்தி; இயற்கையில் நன்மை தரும் பொருள்களும், கிரியைகளும் உண்டு; தீமை விளைவிக்கும் பொருள்களும் கிரியைகளும் உண்டு. உதாரணமாகத் தண்ணீர் உயிர் வாழ்வதற்கு அவசியம்; அதே தண்ணீர் வெள்ளமாக உருவெடுத்தால் தீங்கு விளைவிக்கும். பெண் என்ற சக்தியும் இயற்கைபோல் தீமையையும் நன்மையையும் பயக்கும் என்பது இந்துக்களின் நம்பிக்கை. இதனால் பெண் சக்தியை அடக்கி அமைதிப்படுத்துவது முக்கியம்; திருமணம் அந்தச் செயலைச் செய்கிறது என்பது நம்பிக்கை. இதனால் பல கோயில்களில் பெண் தெய்வம் மனைவி, குடும்பத்தோடு சித்திரிக்கப்படும். ஆனால் சில கோயில்களில்,முக்கியமாக கிராம தேவதைகள், அசுரர்களைக் கொல்லும் தேவதைகள், தனிப்பெண்ணாக வடிக்கப்படும். கன்னியாகுமாரி போன்ற சில பெண் தேவதைகள் சுவாரஸ்யமானவை. தனிப் பெண்ணாக, எப்போதும் கல்யாணம் ஆகாத, ஆனால் எப்போதும் கல்யாணத்தை எதிர்நோக்கும் பெண்ணாக இது சித்திரிக்கப்பட்டிருக்கிறது.

கன்னியாகுமரியில் வீற்றிருக்கும் தேவியானவள் கன்னியாக இருப்பதற்கு என்ன காரணம் என்பதை இந்த வரலாற்றின் மூலம் தெரிந்துகொள்ள முடியும். புராண காலங்களில், கடும் தவத்தை மேற்கொள்வதன் மூலம் அசுரர்கள்கூட வரங்களைச் சுலபமாகப் பெற்றுவிடுவார்கள். இப்படித்தான் பாணாசுரன் எனும் அரக்கன் பிரம்மதேவனை நோக்கிக் கடும் தவம் புரிந்து ‘தன்னை யாராலும் அழிக்க முடியாது, என்றும் ‘ஒரு கன்னிப் பெண்ணைத் தவிர வேறு எவராலும் தனக்கு இறப்பு ஏற்படக் கூடாது’ என்றும் வரத்தினைப் பெற்றுவிட்டான். அந்த அரக்கன் ‘மென்மையான தேகத்தையும் மனதையும் கொண்ட ஒரு கன்னிப்பெண் மூலம் எப்படி மரணம் நிகழ முடியும்’ என்று நினைத்து இப்படியான வரத்தை வாங்கிவிட்டான்.

வரத்தினைப் பெற்றுக்கொண்ட பாணாசுரனின் அட்டகாசம் தாங்க முடியவில்லை. முனிவர்களையும் தேவர்களையும் படாதபாடு படுத்திக்கொண்டிருந்தான். இதனால் தேவர்களும்

கோயில்கள்: அறிந்ததும் அறியாததும் 51

முனிவர்களும் விஷ்ணுவைத் தஞ்சம் அடைந்தனர். ஆனால் விஷ்ணுவோ பாணாசுரனின் மரணத்தில் இருக்கும் 'கன்னிப் பெண்ணால் தான் மரணம்' என்ற ரகசியத்தை அவர்களுக்குக் கூறினார். விஷ்ணுவின் அருகில் அமர்ந்துகொண்டிருந்த சிவபெருமான் இதற்குத் தீர்வு வழங்கினார். அந்த அசுரனை அழிப்பதற்கு, அம்பாளான சக்தி தேவியினால்தான் முடியும் என்ற ஆலோசனையைத் தேவர்களுக்கும் முனிவர்களுக்கும் கூறினார். தேவர்களும் முனிவர்களும் சக்தி தேவியை நினைத்துத் தவம் மேற்கொண்டனர். தேவர்களையும் முனிவர்களையும் அந்த அசுரனிடமிருந்து காப்பாற்றுவதற்காக, சக்திதேவி கன்னிப் பெண்ணாகத் தென்பகுதியான குமரியில் அவதரித்தாள். அவள் சிவன் மேல் பக்தி கொண்டு, சிவனைத் திருமணம் செய்துகொள்வதற்குக் கடும் தவத்தை மேற்கொண்டாள். அந்தச் சமயத்தில் சிவபெருமான் சுசீந்திரம் என்னும் இடத்தில் தாணுமாலயன் என்ற பெயர் கொண்டு வாழ்ந்துவந்தார். பூலோகத்தில் கன்னிப் பெண்ணாக அவதரித்த சக்தி தேவியின் அழகினைப் பார்த்து அவளை மணம் முடித்துக்கொள்ள வேண்டும் என்று முடிவு செய்தார் தாணுமாலயன்.

இதனை அறிந்த தேவர்களுக்குப் பயம் வந்துவிட்டது. சக்தி தேவிக்குத் திருமணம் ஆகிவிட்டால் அந்த அசுரனை எப்படி அழிப்பது என்று கவலைப்பட்டார்கள். ஆனால் முக்காலத்தையும் உணர்ந்த நாரத முனிக்கு மட்டும் இது சிவனின் திருவிளையாடல்தான் என்பது புரிந்தது. சக்தி தேவிக்கும் ஈசனுக்கும் நடக்கப்போகும் திருமணப் பேச்சானது சபைக்கு வந்தது. இந்தத் திருமணம் எப்படியாவது நிற்க வேண்டும் என்பதுதான் தேவர்களின் எண்ணமும் நாரதரின் எண்ணமுமாக இருந்தது. திருமணத்தை நிறுத்துவதற்கு நாரதர் கலகத்தைத் தொடங்கிவிட்டார். நாரதர் கலகம் நன்மையில்தானே முடியும்!

நாரதர், சிவபெருமானைப் பார்த்து தேவர்களது சார்பில் ஒரு கோரிக்கையை வைத்தார். 'சூரியன் உதயத்திற்கு ஒரு நாழிகைக்கு முன்னதாகவே மாப்பிள்ளையான சிவபெருமான் திருமணம் நடைபெறும் இடத்திற்கு வந்துவிட வேண்டும்' என்பதுதான் அது. தேவியிடமும் இந்தக் கோரிக்கை மாப்பிள்ளை சூரிய உதயத்திற்கு முன்பு வரவில்லை என்றால் திருமணம் நிறுத்தப்படும் என்றும் கூறப்பட்டது. திருமணம் நடைபெறும் நாள் வந்தது. சுசீந்திரத்திலிருந்து சிவபெருமான் குமரி நோக்கிப் புறப்பட்டார். ஆனால் விடிவதற்கு முன்பாகவே நாரதர் சேவலாக உருவம் எடுத்துக் கூவிவிட்டார். சேவலின் சத்தத்தைக் கேட்ட சிவபெருமான் சூரியன் உதித்துவிட்டது; இனி சென்றாலும் திருமணம் நடக்காது என்று நினைத்துக்கொண்டு திரும்பவும் சுசீந்திரத்திற்கே சென்றுவிட்டார்.

குமரிமுனையில் திருமணத்திற்காகக் காத்துக்கொண்டிருக்கும் தேவியின் கோபம் உச்சத்தை எட்டியது. சூரியன் உதித்துவிட்டார். ஆனால் தன்னை மணம் முடிப்பதற்காக ஈசன் வரவில்லை என்ற கோபம் தேவிக்கு அதிகமாகியது. திருமணத்திற்காகச் சமைத்து வைக்கப்பட்டிருந்த உணவுப் பண்டங்களையும் அலங்காரத்திற்காக வைக்கப்பட்டிருந்த பூக்களையும் எடுத்துக் கடல் மணலில் வீசினாள். இதனால்தான் கன்னியாகுமரியில் இருக்கும் மணல் பரப்பானது பல வண்ணங்களாகக் காட்சி தருவதாகக் கூறப்படுகிறது.

தேவி கன்யா குமாரி

நன்றி: *wikipedia*

இந்தச் சமயம் பார்த்து பாணாசுரன், தேவியின் அழகில் மயங்கி தேவியை மணந்துகொள்வதற்காக வருகைதந்தான். தேவி கோபத்தின் உச்சக்கட்டத்தில் இருந்தாள். தனது விருப்பத்தைக் கூறிய பாணாசுரனிடம், 'உன்னை மணக்க எனக்கு விருப்பம் இல்லை' என்று கூறிவிட்டாள். ஆனால் பாணாசுரன் விடவில்லை. கட்டாயப்படுத்தி மணமுடிக்க வற்புறுத்தினான். தேவியை நெருங்க நினைத்த பாணாசுரனால் அருகில்கூடச் செல்ல முடியவில்லை. அவளது கோபம் தீப்பிழம்பாக உயர்ந்து, வானளாவிய உருவத்தைக் கொண்ட பராசக்தி தேவி, பாணாசுரனைத் தன் கால்களால் மிதித்து வதம் செய்தாள். தேவர்கள் அனைவரும் தேவியைப் பூக்கள் தூவி சாந்தம் அடையச் செய்தனர். தங்களைக் காப்பாற்றிய தேவிக்கு நன்றியைப் பணிவோடு தெரிவித்துக் கொண்டனர். கோபம் தணிந்த தேவி சாந்தி அடைந்து அன்று முதல் இன்றுவரை கன்னியாகுமரியில் கன்னிப் பெண்ணாக, பகவதி அம்மனாக அமர்ந்து, அந்த சிவபெருமானை நினைத்துக்கொண்டு மக்களின் குறைகளை நீக்கிக்கொண்டிருக்கிறாள் என்கிறது தல வரலாறு.

ஊர்க் கோயில்களில் தெய்வங்கள் பெரும்பாலும் குடும்ப தெய்வங்களாக மனைவி, குழந்தைகள், சுற்றம், சூழ இருப்பார்கள். தெய்வங்கள் மனிதர்களைப்போல் ஆண் – பெண் சேர்க்கையில் சிருஷ்டிக்க மாட்டார்கள் என்ற நம்பிக்கை ஒரு பக்கம் இருந்தாலும் இன்னொரு பக்கம் தினமும் இரவு கடைசி பூஜை முடிந்த பிறகு தலைமை தெய்வத்தின் உற்சவ சிலையை அம்மன் சன்னிதிக்கு எடுத்துச் சென்று அங்கு அம்மனின் உற்சவசிலை அருகில் கட்டிலில் படுக்க வைப்பார்கள். குடும்ப தெய்வங்கள் குடும்பத்தில் இருக்கிறார்போல் இருக்க வேண்டும் என்ற நம்பிக்கையில் இந்த பள்ளியறைபூசை வழக்கமும் ஒன்று.

அனைத்துக் கோயில்களிலும் அனைத்துத் தெய்வங்களும் இருப்பதில்லை. அடியார்களின் நன்கொடை, சிரத்தையைப் பொறுத்தும் கோவிலின் பொருளாதார வசதியைப் பொறுத்தும் தெய்வங்களின் சிலைகள் அமைக்கப்படுகின்றன; வழிபாடும் அமைகின்றன. சிவன் கோயிலில் குறைந்தபட்சம் லிங்கம், அம்மன், பிள்ளையார், முருகன் சிலைகள் இருக்கும். விஷ்ணு கோயில்களிலும் மூலவர், அம்மன் சிலையும் இருக்கும். மற்றபடி தெய்வங்களின் சிலைகள் அமைவது அந்தந்தக் காலங்களில் அடியார்கள் கொடுத்த கொடையைப் பொறுத்து இருக்கும். பெரிய கோயில்களில் முக்கியமான தெய்வங்களின் பல அம்சங்கள்–, அவதாரங்கள், அம்மன்களின் பல அம்சங்கள், தொண்டர்கள், அரசர்களின் சிலைகளையும் காணலாம். பல மண்டபங்கள், உற்சவங்கள், வாகனங்கள், நகைகள், விசேஷ

சிற்ப வேலைகள், ஓவியங்கள் இவையெல்லாமும் அடியார்கள் கொடுத்த கொடையைப் பொறுத்து இருக்கும்.

முன்பு சொன்னபடி கோயில்களில் தலைமை வகிக்கும் தெய்வம் ஒன்றே இருக்கும். இது வழிபாட்டு முறையில் வெளிவரும். ஆனால் பக்தர்கள் தங்கள் மனதிற்குத் தோன்றியபடி சில தெய்வங்களை ஆராதிப்பார்கள். உதாரணமாக, திருவாரூர் கோவிலில் 1977இல் நான் களப்பணி செய்துகொண்டிருந்தபோது ராகு கால துர்க்கை வழிபாடு பிரபலமாயிற்று. திடீரென்று வெளிப்பிராகாரத்தில் இருந்த துர்க்கை அம்மன் பக்தர்களிடையே பிரபலம் ஆனாள். வெள்ளிக்கிழமை பத்தரையிலிருந்து பன்னிரண்டுவரை பெரும் கூட்டமாக வந்து அர்ச்சனை செய்தார்கள். குருக்களுக்கும் நல்ல வருவாய் கிடைத்தது.

நன்றி: *wikimedia*

துர்க்கை மஹிஷசுரனை வதம் செய்தல்

6

வாங்க,
கோயிலுக்குள்ளே போகலாம்!

நன்றி: *commons.wikimedia*

கர்ப்பக்கிருகம்

கோயில் உள்ளே தலைமை வகிக்கும் தெய்வம் கர்ப்பக்கிரகத்தில் வைக்கப்பட்டிருக்கும். கர்ப்பக்கிரகம் ஒரு இருண்ட அறை, குகை போன்ற

அறை. இன்னும் பிறக்காத சிசு கர்ப்பத்தில் இருப்பதுபோல் தெய்வம் அங்கே கண்ணுக்குப் புலப்பட்டும் புலப்படாமலும் இருக்கும். எதற்கு இந்த அமைப்பு?

கடவுளும் கண்ணுக்குப் புலப்பட்டும் புலப்படாமலும் இருக்கிறார்; அருவமாகவும் உருவமாகவும் இருக்கிறார் என்னும் கருத்தை இப்படி வெளியிட்டிருக்கிறார்கள். அங்கே பெரும்பாலும் ஒரே ஒரு விளக்குதான் எரியும். அதை நந்தா விளக்கு, அதாவது அணையாத விளக்கு என்பர். கோயில் கல்வெட்டுகளில் நந்தா விளக்கு என்ற வார்த்தை பலமுறை வருகிறது. நந்தா விளக்கு எண்ணெய்க்குத் தானம் கொடுத்தாகக் கல்வெட்டுகள் கூறும். கடவுள் என்ற சக்தி நிரந்தரம் என்பதை நந்தா விளக்கு குறிக்கிறது. கர்ப்பக்கிரகத்தில் பூசாரிகள் மாத்திரமே போகலாம்; அடியார்கள், பக்தர்கள் வெளியே நின்று பார்க்கலாம்.

கர்ப்பக்கிரகத்தைச் சுற்றி பிராகாரங்களும் மண்டபங்களும் இருக்கும். கோயில்களில் தெய்வங்களைப் பற்றி முந்திய கட்டுரையில் பார்த்தோம்.

கோயில்களை எப்படிக் கட்ட வேண்டும், எங்கே எந்த தெய்வம் இருக்க வேண்டும், எப்படி வழிபட வேண்டும் என்பதை யெல்லாம் ஆகமங்கள், வாஸ்து நூல்கள் விவரிக்கின்றன. அவற்றை இங்கே விவரிப்பதற்கில்லை. இவற்றைப் பற்றித் தெரிந்து கொள்ள வேண்டுமானால் அந்தச் சாத்திரங்களைப் படித்து, நடைமுறையில் பயிற்சி செய்யும் அறிஞர்களை அணுகலாம்.

புனிதம், மடி, தீட்டு ஆசார விதிகள்

கோயில்கள் புனிதமான இடங்கள்; அவற்றில் எந்த விதமான தீட்டும் மாசுபடுதலும் புகக் கூடாது என்று பலமான நம்பிக்கை இருக்கிறது. முக்கியமாக மனிதனின் உடம்பிலிருந்து வெளியேறும் எல்லாக் கழிவுப் பொருள்களும் தூய்மை அல்லாதவை; அவற்றைக் கோயிலில் தவிர்க்க வேண்டும் என்பது நம்பிக்கை. எச்சில், வியர்வை, மூத்திரம், மலம், ஆண்களின் விந்து, இரத்தம், பெண்களின் மாதவிடாய் இரத்தம், பிணம் இவை எல்லாம் மாசுபடுத்தும் பொருள்கள். இவை கோயில் உள்ளே வரக் கூடாது. அதனால்தான் கோயில்களில் கழிப்பிடம் இருக்காது.

முந்தைய காலத்தில் அக்கம்பக்கத்தில் வசித்துவரும் மக்களே பெரும்பாலும் கோயிலுக்கு வருவார்கள். வெளியூரிலிருந்து வந்தாலும் அவர்கள் ஏதோ ஒரு சத்திரத்திலோ அல்லது உறவுக்காரர்கள் வீட்டிலோ இருந்து குளித்துச் சுத்தமாக வருவார்கள். ஆனால் மனிதர்கள் கழிவை அடக்க முடியாமல்

பிராகார மதிலின் பின்பக்கத்திற்குப் போய் விசர்ஜனம் செய்துகொள்வார்கள். இவ்வாறான மூத்திரச் சந்துகளைக் கோயில் மதில்களின் பின்புறத்தில் காணலாம். இந்தக் காலத்தில் மக்கள் எங்கிருந்தோ வண்டியிலும் பஸ்ஸிலும் வருகிறார்கள். அதனால் அண்மையில் சில ஆண்டுகளாகக் கோயில்களின் வெளியே கழிப்பிட வசதிகள் செய்துகொடுத்திருக்கிறார்கள்.

மாதவிடாயிலிருக்கும் பெண்கள் கோவிலுக்கு வர மாட்டார்கள். அஸ்ஸாமில் உள்ள காமாக்ய தேவியை மாதவிடாயில் இருப்பவளாக பூஜிக்கிறார்கள்; ஆனால் அங்கேகூட மாதவிடாயில் இருக்கும் பெண்களுக்கு அனுமதி இல்லை. அவ்வாறே கோயிலுக்குள்ளே ஆண், பெண் கூடுதல் போன்ற செய்கைகளைச் செய்யக் கூடாது. கோயில்களை இரவில் மூடிவிடுவார்கள்; இரவில் கோயில் உள்ளே யாரும் உறங்குவதில்லை; ஏனென்றால் தூக்கத்தில் ஏதாவது கழிவு ஏற்படலாம். கோயிலைச் சுற்றி உள்ள தெருக்களில் யாராவது இறந்தால் பிணத்தை அடக்கம் செய்து சுத்தம் செய்யும்வரை கோயிலை மூடிவிடுவார்கள்.

முன்பு கூறியபடி கோயிலில் குடியிருக்கும் தெய்வங்கள் அதிகாரப்படிநிலை அமைப்பில் இருக்கும். எந்தெந்தத் தெய்வங்களுக்கு எப்போது எவ்வளவு உபசாரங்கள் செய்ய வேண்டும் என்றெல்லாம் விதிமுறைகள் இருக்கும்; அதற்குத் தகுந்தாற்போல் பண்டங்கள், பொருள்கள் கொடுக்கப்படும். உணவு சமைக்கப்படும்.

கோயில்களில் குறைந்த பட்சம் வருடத்திற்கு ஒரு முறையாவது திருவிழா கொண்டாடுவது வழக்கம். வசதியுள்ள கோயில்களில் பல திருவிழாக்கள் கொண்டாடுவதும் உண்டு. முதியோர், உடல் நலம் இல்லாதவோர், தீண்டப்படாதோ கோயிலுக்கு வந்து கடவுளைத் தரிசிக்க முடியாததால் விழாக் காலங்களில் கடவுளே பக்தனுக்கு அருகில் செல்கிறார் என்கின்றனர். தெய்வங்களின் விழாப் படிமங்களைக் (பஞ்சலோக சிலைகளை) கோயில்களைச் சுற்றியுள்ள வீதிகளில் ஊர்வலம் வரச் செய்வார்கள்.

பக்தி இயக்கமும் கோயில்களும்

தென்னிந்தியாவில் கோயில்கள் பக்தி இயக்கத்துடன் தோன்றின. ஆழ்வார்களும் நாயன்மார்களும் ஆறாம் நூற்றாண்டு முதல் 14ஆம் நூற்றாண்டுவரை ஊர் ஊராகச் சென்று அங்கங்கே உள்ள கோயில்களின் தல தெய்வங்களைப் போற்றிப் பாசுரங்கள் இயற்றி பக்திப் பண்பாட்டைப் பரப்பினார்கள்.

பக்தி இயக்கம் ஆரம்பிக்கும் முன்பு, சுமார் கி.மு. ஐந்தாம் நூற்றாண்டில் தொடங்கிய பௌத்த, சமண மதங்கள் கி.பி. நான்காம் நூற்றாண்டுவரை இந்தியா இலங்கை, கிழக்கு நாடு களில் வெகுவாகப் பரவியிருந்தன. அவை கடவுள் என்ற கருத்தை நிராகரித்து மனிதனின் நடத்தையை அறிவுறுத்திய மதங்கள் சன்யாச வழியை ஆதரிக்கும் மதங்கள். மோட்சம் அல்லது நிர்வாணம் என்பது மனிதன் ஆசைகளைத் துறந்து சன்யாச வழியில் இருப்பதே என்று போதித்தன. அவை குடும்பங்களில் வாழ்ந்தவர்களைப் பொருளாதார ஆதரவுக்காகவே எதிர் நோக்கின.

அவற்றை எதிர்த்து வேத, இதிகாச, புராணச் சமூகமானது வர்ண, சாதி, குல, குடும்ப வழியை ஆதரித்தன. வேத காலத்தி லிருந்து ஐந்தாம் நூற்றாண்டுக்குள் பல புதிய தெய்வங்கள், பிரம்மா, விஷ்ணு, சிவன், சக்தி போன்ற தெய்வங்கள் தோன்றின என்பதை முன்பே பார்த்தோம். வைஷ்ணவம், சைவம், சாக்தம், வேதாந்தம் போன்ற மதங்கள் தோன்றின; புதிய புதிய சாதிச் சமூகங்கள் ஏற்பட்டு அவற்றைப் பாராட்டி ஆதரித்தன. வேளாண்மையும் வியாபாரமும் அவற்றைச் சுற்றிப் பல தொழில்களும் தோன்றி வளர்ச்சி அடைந்தன. அவை குலத்தொழில்களைச் செய்துகொண்டு வர்ண – சாதி–குடும்பம் என்ற கட்டமைப்பில் வாழ்க்கையை அமைத்துக்கொண்டன.

வர்ண, சாதிச் சமூகம் சன்னியாசத்தை மறுக்கவில்லை; தன்னுடைய குடும்ப வாழ்க்கையிலேயே ஒரு நிலைப்படியாக அதைச் சேர்த்துக்கொண்டன. மனிதன் தன் வாழ்வில் நான்கு படிகளில் முன்னேற வேண்டும். குழந்தை, கல்வி பருவத்தில் பிரம்மசர்யம்; வயது வந்த பிறகு திருமணம், குடும்ப வாழ்வு; கிரகஸ்தம் முதிர்ந்த வயதில் வானபிரஸ்தம், அதாவது குடும்பக் கடமைகளைத் தன் வாரிசுகளுக்குக் கொடுத்துவிட்டு மனைவியோடு காட்டில் போய் வசித்தல்; பிறகு முறையாக

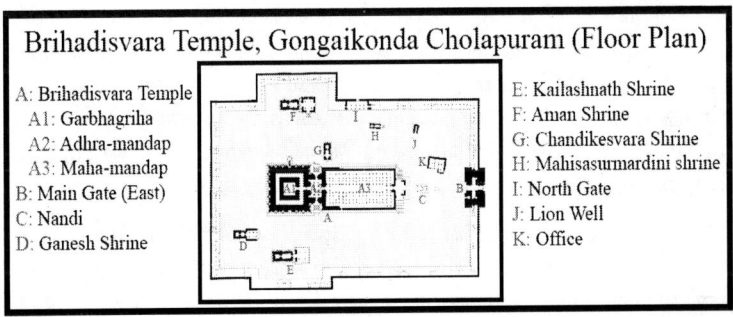

நன்றி: rangandatta.wordpress

நன்றி: *in.pinterest*

ஆழ்வார்கள்

சன்யாசம் எடுத்துக்கொண்டு வாழ்தல் என்ற வழியைப் போதித்தன. அதேபோல் உயிர் வதையையும் தவிர்த்துப் பூஜை செய்தல், பூ, பழம், மரக்கறி உணவு படைத்தல் போன்ற வழக்கங்களையும் பின்பற்றின. வர்ண, சாதி, குடும்ப சமூகத்துக்குக் குப்த வம்ச அரசர்களின் (5ஆம் நூற்றாண்டு) காலத்திலிருந்து ஆதரவு கிடைத்தது.

தென்னிந்தியாவில் பல்லவர் காலத்திலிருந்து (6ஆம் நூற்றாண்டு) பக்தி இயக்கம் பரவ ஆரம்பித்தது. வைஷ்ணவ பக்தர்களாகிய ஆழ்வார்களும் சைவ பக்தர்களாகிய நாயன்மார்களும் பக்தி இயக்கத்தைப் பரப்பினர். குடும்ப வாழ்வில் இருந்துகொண்டே தனக்கு இஷ்டமான கடவுளைப் பெரும் பக்தியுடனும் சரணாகதியுடனும் வீட்டிலும் கோயில்களிலும் பூஜை, தியானம் செய்துவந்தால் மோட்சம் அடையலாம் என்று போதித்தனர். இந்த இயக்கம் ஒரு வகையில் வர்ண, சாதி, குடும்ப வழியை எதிர்க்கவும் செய்தது, ஆதரிக்கவும் செய்தது. அதற்கு மக்களிடமும் பெருமளவில் ஆதரவு கிடைத்தது. இதைத் தொடர்ந்து சோழ, பாண்டிய அரசர்களும், பின் வந்த அரசர்களும் கோயில்கள் கட்டி நன்கொடைகள் கொடுத்து அவற்றிற்குப் பெருமளவில் ஆதரவு கொடுத்தனர்.

வைஷ்ணவர்களாகிய ஆழ்வார்கள் பன்னிரண்டு பேர்களும் 63 சைவ நாயன்மார்களில் முக்கியமானவர்களாகிய நால்வரும் முன்பு கூறியபடி ஊர்ஊராகச் சென்று, கோயில்களில் உள்ள தெய்வங்களைப் போற்றிப் பாசுரம் பாடி பக்தி இயக்கத்தைப் பரப்பினார்கள். இவர்கள் பௌத்த, சமண மதங்களை எதிர்த்து

நன்றி: *findmessages*

நாயன்மார்கள்

அவற்றைப் பின்பற்றும் சமூகங்களை விரட்டி துரத்தி அவை மறையும்படி செய்தனர்.

ஆதிசங்கரர் *(கி.பி. 788–820)*, ராமானுஜர் *(1077–1151)*, மாத்வாச்சாரியார் *(1199–1278)* போன்றவர்கள் தாங்கள் சன்னியாசிகளாயினும், குடும்ப வழியை ஆதரித்து, பக்தி இயக்கத்திற்குத் தத்துவரீதியில் விளக்கங்களைக் கூறினர். உருவ வழிபாட்டை, கோயில்களை, தெய்வங்களைப் போற்றி ஆதரித்தனர். சைவ சித்தாந்தம், பசவேஸ்வரர் ஏற்படுத்திய வீர சைவம் (லிங்காயத சைவம்) போன்ற மதங்களும் அந்தக் காலத்தில் தோன்றின. இவை யாவும் பக்தி இயக்கத்தைச் சார்ந்த மதங்களே என்று கூறலாம்.

பக்தி இயக்கம் சாதியையும் எதிர்த்தது. கடவுள் முன் எல்லாச் சாதிகளும் ஒன்றே, கடவுளை அடைவதற்கு ஒருவருடைய பிறப்போ, சாதியோ தடையில்லை; தனக்கு இஷ்டமான தெய்வத்தை அனைவரும் அவரவர் வழக்கத்தைப் பொறுத்து வணங்கலாம்; அவரவர் மொழியிலும் வணங்கலாம்; தனி ஒரு மனிதனுக்கும் கடவுளுக்கும் இடையே பூசாரியின் அவசியம் இல்லை; பக்தி, சிரத்தை, சரணாகதி, தொண்டுதான் முக்கியம் என்ற கருத்தை வற்புறுத்தியது.

தமிழ் மொழியில் எழுதப்பட்ட தேவாரம், திவ்யப்பிரபந்தம் போன்ற பாசுரங்களைக் கோயில்களில் பாட ஏற்பாடுகள் செய்யப்பட்டன. ஆழ்வார்களிலும் நாயன்மார்களிலும் பலர் பிராமணர் அல்லாதோர் இருந்தனர். நந்தனார் என்பவர் புலையர் சாதியைச் சேர்ந்தவர். ராமானுஜர் தாழ்த்தப்பட்ட சாதிகளில் பிறந்தவர்களைச் சீடர்களாக ஏற்றுக்கொண்டார். மேல்கோட்டை என்ற ஊரில் தீண்டப்படாதவர்களை அழைத்துக்கொண்டு கோயிலில் புகுந்தார்.

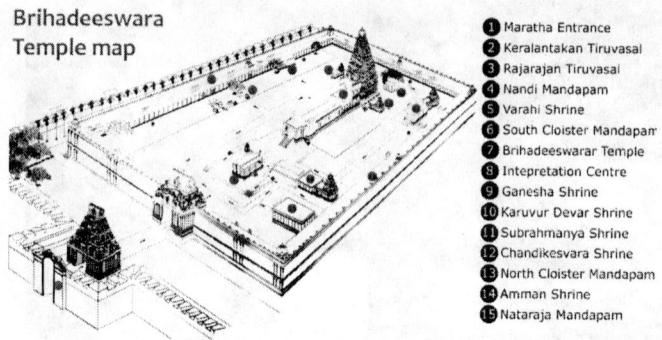

நன்றி: *thedecorjournalindia*

ஆனால் கோயில்களில் அந்தந்தப் பணிக்குத் தகுந்தவாறு அந்தந்தச் சாதிகளை நியமித்துச் சாதிக் கட்டுபாடுகளே பின்பற்றப்பட்டன. சமூகத்துக்கு வெளியே இருந்த தலித் சமூகங்களுக்கும் சிறிய வேலையைக் கொடுத்து அவர்களையும் மரியாதைக்குரியவராகச் செய்தது. உதாரணமாக திருவாரூர் கோயிலில் உற்சவம் போகும்போது அபிஷேகத்திற்குத் தலித் குடும்பத்திலிருந்து ஒருவர் யானை மேல் ஏறி அபிஷேக நீரைக் கொண்டுவரும் சடங்கு நடக்கும்.

இவ்வாறு ஒரு பக்கம் சாதிக் கட்டமைப்பை மறுத்தும், மறுபக்கம் அதை ஆமோதித்தும் கோயில்கள் தங்களை அமைத்துக்கொண்டன. அதேபோல் சன்னியாச மார்க்கத்தை மறுத்தும் மறுக்காமலும் குடும்ப வாழ்க்கையை ஆதரித்தன. அவ்வாறே அரசர்கள், தனவந்தர்களிடமிருந்து நன்கொடை பெற்று அவர்களுக்குத் தர்மகர்த்தா என்று மேற்பார்வை இடும் பணிகளை ஒப்படைத்தன. இந்தச் சமூகப் பிரிவுகளுக்கு அப்பால் கடவுள் இருக்கிறார்; அவரை யார் வேண்டுமானாலும் எப்படி வேண்டுமானாலும் பக்தியுடன் வழிபடலாம் என்றும் போதித்தன.

இவ்வாறு கோயில்கள் சாதிக் கட்டமைப்பு, அரசர்களின் மேற்பார்வை, குடும்ப வாழ்வில் இருக்கும் பக்தர்களின் ஈடுபாடு என்ற முக்கோணத்தின் நடுவில் செயல்பட்டன.

தென்னிந்தியாவில் தொடங்கிய பக்தி இயக்கம் இந்தியாவின் பல பிரதேசங்களையும் தொற்றிக்கொண்டது. முஸ்லிம் ஆட்சியின் கீழிருந்த பிரதேசங்கள் முஸ்லிம் அரசுகளின் கடுமையான உருவ வழிபாட்டு எதிர்ப்பைச் சகித்துக்கொண்டு தன்னுடைய நம்பிக்கைகளை வெளிப்படுத்துவதற்கு வேறு வழிகளைத் தேடின. பக்தி வழிபாடு அதற்குச் சாதகமாக இருந்தது.

உமா சங்கரி

மகத்தான பக்திமான்கள் பலர் தோன்றினார்கள். நாம்தேவ், கபீர், துளசிதாஸ், சூர்தாஸ், துகாராம், ரய்தாஸ், நானக், மீரா பாய், சைதன்யர் போன்ற குருமார்கள் பிராந்திய மொழியில் பாசுரம் பாடினார்கள்.சாதி மத வேறுபாடுகளை நிராகரித்தார்கள்,

கடவுளை அடைவதற்கு உயர் சாதிப் பிறப்பு அவசியமில்லை, பக்தியே அவசியம், குடும்பக் கடமைகளைச் செய்துகொண்டு அதி பிரேமையுடன், பக்தியுடன் இருந்தால் கடவுளை அடையலாம் என்று போதித்தார்கள். கடவுள் ஒன்றே, அது பல விதங்களில் அழைக்கப்படும்; மதங்கள் பல, அவை எல்லாம் கடலைச் சேரும் நதிகளைப்போல். கடவுளைப் பலவகையில் வழிபடலாம் என்று போதித்தனர். இஸ்லாமிய மதமும் முஸ்லிம் அரசுகளும்கூட இந்திய மண்ணில் பக்தி இயக்கம் போன்ற சூபி இயக்கத்தை ஊக்குவித்தார்கள். ஆத்ம சுத்தியால், பக்தியால் குருமார்களின் அருளால் கடவுளை நேரில் தரிசிக்க, அனுபவிக்க முடியும் என்பது அவர்கள் நம்பிக்கை.

இந்தியாவில் சன்னியாசத்திற்கும் குடும்ப வாழ்வுக்கும் எப்போதும் ஒரு முரண்பாடு இருந்திருக்கிறது; சன்னியாசத்தையும் சன்னியாசிகளையும் வெகுவாகப் போற்றி வணங்கும் பரம்பரை இருந்தும் அதை எதிர்த்து, மறுத்து குடும்ப வாழ்வையும், பெண்களைப் போற்றி வணங்கும் பரம்பரையும் இருந்திருக்கிறது. இரண்டுக்கும் இடையே கோயில்கள் தங்கள் தெய்வங்களைக் கதைகள் வழியே, வழிபாடுகள் வழியே நிலைநிறுத்திக் கொண்டுள்ளன. சன்னியாச தெய்வங்களும் குடும்ப தெய்வங்களும் ஒன்றுக்கொன்று முரண்பாடு இல்லாமல் கோயில்களில் ஒரே தெய்வத்தின் பல அம்சமாகக் கருதப்பட்டு வணங்கப்படுகின்றன.

கோயில் பணியார்கள் யார்?

பக்தி இயக்கத்தின் வெளிப்பாடு கோயில் பணியாளர்களின் அமைப்பிலும் தெரிகிறது. பூசாரிதான் கோயில் பணியாளர்களில் முக்கியமானவர் என்பது எல்லோருக்கும் தெரிந்த விஷயமே. சிவன் கோயில்களில் பிராமணச் சாதிகளில் ஒன்றான குருக்கள் என்ற சாதியிலிருந்து பூசாரி நியமிக்கப்படுவார். வைஷ்ணவக் கோயில்களில் அய்யங்கார் என்ற சாதியினர் நியமிக்கபடுவார்கள். இது குடும்பங்களில் பரம்பரையாக வரும் வேலை.

பெரிய கோயில்களில் பிராமணப் பூசாரிக் குடும்பங்கள் பூஜை சடங்குகளில் ஈடுபட்டிருக்கும். பூஜைக்குத் தண்ணீர்கொண்டு வரும் வேலை, நைவேத்யம் சமைக்கும் வேலை போன்ற பணிகளையும் பெரும்பாலும் பிராமணச் சாதியினர் செய்வார்கள். பூசாரிகளைத் தவிர வேறு பணிகளுக்குப் பிராமணர் அல்லாதோர்,

வெவ்வேறு சாதிகளிலிருந்து அவர்களுடைய குல, குடும்பத் தொழில்களை ஒத்தவாறு நியமிக்கப்பட்டிருப்பார்கள்.

ஓதுவார் என்போர் தேவாரம், திவ்யப் பிரபந்தம் போன்ற தமிழ் தோத்திரங்களை ஓதுபவர்கள். இவர்களைத் தவிர இசைக் கருவிகள், முக்கியமாக நாயனம், தவுல் வாசிப்போர், முரசு மத்தளம் வாசிப்போர் இருப்பார்கள். கோவிலைப் பெருக்கிக் கழுவிச் சுத்தம் செய்வோர், விளக்கேற்றுவோர் (அந்த நாட்களில் மின்விளக்குகள் இல்லை. எண்ணெய் ஊற்றித் திரி வைத்து எல்லா இடங்களிலும் பல விளக்குகளை ஏற்ற வேண்டும்; விழாக் காலங்களில் தீவட்டிகள் எடுத்துக்கொண்டு ஊர்வலத்தில் செல்ல வேண்டும்.), பூத்தோட்டத்தைப் பராமரிப்போர், பூக்கள் பறித்துக்கொண்டு வருபவர்கள், மாலை கட்டுபவர்கள் என்று பல வேலைகளுக்குப் பணியாளர்கள் இருப்பார்கள். எத்தனை பேர் வேலைக்கு இருப்பார்கள் என்பது கோயிலின் பொருளாதார நிலைமையைப் பொறுத்தது. நான் 1977ஆம் ஆண்டு களப்பணி செய்துகொண்டிருந்தபோது திருவாரூர் தியாகராஜ சுவாமி கோவிலில் 27 பேர் பூஜை சம்பந்தமான பணிகளையும் 12 பேர் நிர்வாகப் பணிகளையும் செய்துகொண்டிருந்தார்கள்.

கோயில்களில் மடி, தீட்டு என்ற ஆசாரம் கண்டிப்பான முறையில் பின்பற்றப்படுகிறது. தீட்டில் இருக்கும் மனிதர்கள், பொருள்கள் கோயில்களில் நுழையக் கூடாது என்னும் கட்டுப்பாட்டை முன்பே பார்த்தோம். மடி, தீட்டு அடிப்படையில் பிராமணர்கள் உயர்ந்த நிலையிலும், மற்ற சாதிகள் அவர்களுக்குக் கீழ்நிலையிலும், ஒடுக்கப்பட்டவர் மூன்றாம் நிலையிலும் இருந்தனர்.

இந்தியச் சமூகம் கோயில் பணிகளைத் தொண்டு, சலுகை, பெருமை, மரியாதை என்று மதித்தது; இவர்களை வெறும் வேலைக்காரர்களாக மதிக்கவில்லை. இவர்களுக்கு நைவேத்யம், அதாவது தெய்வங்களுக்குப் படைத்த உணவு முக்கியமான ஊதியமாகும். எந்தப் பணியாளருக்கு எவ்வளவு உணவு ஊதியமாகக் கொடுக்க வேண்டும் என்பதற்கெல்லாம் கணக்கு உண்டு. ஒருவேளை அது மிகுதியானால் அவற்றையாசகர்களுக்கோ பிச்சையாகவோ அல்லது விற்பனையாகவோ கொடுப்பதுண்டு. தேங்காய் மூடிகள், பழங்கள், கோயில் விக்கிரகங்களின் மேல் சாத்தும் வஸ்திரங்கள் போன்றவற்றிலும் இவர்களுக்குப் பங்கு உண்டு. இவற்றைத் தவிரப் பணமாக ஊதியமும் சிறிதளவு கொடுப்பார்கள். பக்தர்கள் கற்பூரத்தட்டில் போடும் பணத்தையும் பங்கு போட்டுக்கொள்வார்கள்.

இவர்களைத் தவிரக் கோயில் நிர்வாகத்தைப் பார்க்கச் சிலர் நியமிக்கப்படுகிறார்கள்: கணக்கு எழுதுபவர்கள், குத்தகை வசூலிப்பவர்கள், காவல்காரர்கள், பியூன்கள் போன்றவர்கள். இந்தக் காலத்தில் நிலங்களிலிருந்து வருவாய் குறைந்துவிட்டது. அதனால் உண்டி வருவாய், பக்தர்கள் தட்டில் போடும் வருவாயை நம்பிக்கொண்டு பணியாளர்கள் வேலை செய்கிறார்கள். எல்லாச் சன்னிதிகளிலும் காணிக்கைப் பெட்டிகள் வைக்கிறார்கள். தாங்கள் கோயில் சிலைகளை விதவிதமாக அலங்காரங்கள் செய்வதைப் பற்றி ஒரு பூசாரி விளையாட்டாகக் கூறினார்: "சினிமா தியேட்டர்கள் மூன்று ஷோ காண்பிக்கிறார்கள்; நாங்கள் இங்கே ஆறு ஷோ காண்பிக்கிறோம்."

கோயில்களும் வெளி சமூகமும்

இந்திய சரித்திர ஆவணம் உள்ள பழமையான கோயில் பிகாரில் உள்ள முண்டேஸ்வரி கோயிலாகும். இலங்கையிலிருந்து துத்த கமனி (கி.மு 101–77) என்ற அரசனுடைய அனுமதி பெற்ற தீர்த்த யாத்திரைக் குழு ஒன்று பௌத்த தீர்த்தமாகிய சாரநாத்துக்குப் போகும் வழியில் இந்தக் கோவிலுக்கு வந்ததாகவும், இங்கே அரச முத்திரையைத் தொலைத்து விட்டதாகவும் ஆவணம் சொல்லுகிறது. பல்லவ அரசர்கள் (கி.பி 575 –900) மகாபலிபுரத்தில் கட்டிய குகைக் கோயில்கள், காஞ்சிபுரத்தில் கற்களால் கட்டிய கட்டுமானக் கோயில்கள் ஆகியவை தென்னிந்தியாவில் பெரிய கோயில்கள்.

சோழ, பாண்டிய, விஜயநகர, நாயக்கர், மராத்திய அரசர்கள், செல்வந்தர்கள் தொடர்ந்து ஆங்கிலேயர்கள் காலம்வரை நன்கொடை கொடுத்துப் புதிய கோயில்களை உருவாக்கினார்கள் அவற்றிற்கு அருகே குளங்களும் சத்திரங்களும் அமைத்தார்கள் பழைய கோயில்களில் கூடுதலாகத் தெய்வங்களின் சிலைகள், நகைகள், மண்டபங்கள், போன்றவற்றை ஏற்படுத்திக் கொடுத்தார்கள். நன்கொடைகள் கொடுத்து வழிபாட்டுக்கும் ஏற்பாடு செய்தனர்.

கோயில் திருப்பணிகள் முக்கியமான பொதுப் பணியாகக் கருதப்பட்டது. இந்து சமூகத்தில் எல்லாச் சாதிகளும் சமுதாயங்களும், மகளிர் உட்பட, இறைப்பணியில் ஈடுபட்டனர். இந்த நன்கொடைகளைப் பற்றி ஆயிரக்கணக்கான கல்வெட்டுகள், செப்புப் பட்டயங்கள் கூறுகின்றன. அவற்றைக் கண்டுபிடித்துப் படித்து வெளியிட்ட பெருமை தொல்பொருள் ஆராய்ச்சி துறையைச் சேரும்.

இந்த நன்கொடைகள் கோயிலைச் சுற்றி இருந்த சமூகத்தின் முன்னேற்றத்திற்கு வெகுவாக உதவின. வேளாண்மை செய்யத் தகுந்த நிலங்கள் நன்கொடையாகக் கொடுக்கப்பட்டன; இதனால் பயிர் செய்யும் வேளாள சமூகம் கோயில்களுடன் இணைத்தன; அவ்வாறே பசுக்கள், ஆடுகள் ஆகிய நன்கொடைகள் இடையர் சமூகத்தை வளப்படுத்தின. பூந்தோட்டங்களைப் பராமரிப்பவர்கள், மாலை கட்டுவோர் போன்றவர்களும் கோயில் பணியை மேற்கொண்டனர்.

விளக்குகளுக்கு எண்ணெய் வேண்டியதால் செக்காட்டும் சாதியார் சேர்ந்தனர். அவ்வாறே கட்டிடம் கட்டும் மேஸ்திரிகள், கல் சிற்பிகள், உலோக வேலை செய்பவர்கள், தச்சு வேலை செய்பவர்கள், நகைகள் செய்யும் ஆசாரிகள், நெசவாளிகள், குயவர்கள், இசை பாடுபவர்கள், இசை வாத்தியங்கள் வாசிப்போர், நாட்டியம் ஆடும் தேவதாசி குலத்தோர் போன்ற பல குலத்தொழில் செய்யும் சமூகங்களும் கோயில்களுடன் சம்பந்தப்பட்டன. பெரிய கோயில்களைச் சுற்றி ஒரு நகரமே உருவாயிற்று. வாராணசி, திருப்பதி, தஞ்சாவூர், மதுரை, ஸ்ரீரங்கம், காஞ்சிபுரம், கும்பகோணம், திருவனந்தபுரம் போன்றவை கோயில்களைச் சுற்றி உண்டான நகரங்கள்.

கோயில்களுக்கும் அரசர்களுக்கும் இடையே நிறைய சம்பந்தம் இருந்தது. கோயில்களுக்கு நன்கொடை அளித்து, மக்களிடையில் செல்வாக்கும் புகழும் பெற்று அரசர்கள் தங்கள் அரசைப் பலப்படுத்திக்கொண்டனர். அதிகாரத்தின் அடுத்த படியில் இருக்கும் அரசாங்கப் பிரதிநிதிகளும் உள்ளூரில் அதிகாரமுள்ள சாதிகளும் கோயில்களுக்கு நன்கொடை அளித்து தர்மகர்த்தாக்கள் என்னும் பேரில் மேற்பார்வை செய்து தங்களுடைய அதிகாரத்தைப் பலப்படுத்திக்கொண்டனர்.

பல கோயில்களுக்கு நிரந்தர நிலச் சொத்துகள் இருந்தன. அவற்றிலிருந்து வரும் வருமானத்தைப் பூசைகளுக்கும் உற்சவங்களுக்கும் கோயில் மராமத்துக்கும் தீர்த்த யாத்திரையாக வரும் மக்களுக்குத் தங்க, உண்ண வசதிக்காகக் கட்டிய சத்திரங்களை நடத்துவதற்கும் செலவழித்தார்கள். "கட்டளைகள்" ஏற்படுத்தி தினசரி நிர்வாகத்தை நடத்தினார்கள். பல சமயங்களில் சுற்றுச் சூழலில் இருந்த தனவந்தர்கள், வியாபாரிகள் ஒன்றிரண்டு பூஜைகளுக்கு, விசேஷங்களுக்களைச் செலவுகளை ஏற்றுக்கொண்டார்கள். இதை "உபயம்" என்று சொல்வார்கள். இதைத் தவிர உண்டியலிலும் பக்தர்கள் காணிக்கைகளைப் போடுவார்கள். இவ்வாறு பல கோயில்கள் பொருளாதாரச் செல்வாக்குடன் வளர்ச்சி அடைந்தன.

7

சுதந்திரத்துக்குப் பின் நிகழ்ந்த மாற்றங்கள்

ஆங்கிலேயர் ஆட்சியில் கிறிஸ்தவ மதத்தாருக்கும் இந்து மதத்தாருக்கும் இடையே கடுமையான விவாதங்கள் நடந்தன. அவை மூன்று வகை: 1. ஆரிய சமாஜத்தின் தலைவர் தயானந்த சரஸ்வதி போன்றவர்கள் கிறிஸ்தவ மதத்திலிருந்த குறைபாடுகளைச் சுட்டிக்காட்டி வேதங்களின் அடிப்படையில் இந்து தர்மத்தின் சிறப்பை விளக்கினர். 2. விவேகானந்தர் போன்றவர்கள் அனைத்து மதங்களிலும் உள்ள உலகளாவிய உண்மைகளைச் சுட்டிக்காட்டி கிறிஸ்தவ மதத்தில் உள்ள உண்மைகளையும் உள்வாங்கி இந்து மதத்தின் பெருமைகளை அறிவுறுத்தினர். 3. ராஜாராம் மோகன் ராய், பிரம்ம சமாஜம் போன்றவர்கள் கிறிஸ்தவ மதத்தில் இருக்கும் சில நல்ல கொள்கைகளையும் இந்து மதத்தில் உள்ள சில நல்ல கொள்கைகளையும் சேர்த்துப் பகுத்தறிவுக்குத் தகுந்த ஒரு மதத்தை உருவாக்க முயன்றனர்.

கிறிஸ்தவ மதமாற்றத்தைப் பற்றிப் பெரிதாக கவலை எழவில்லை. ஏனென்றால் இந்து மதம் பன்மைக் கொள்கையுடைய மதம் என்று முன்பே கவனித்திருக்கிறோம். மதம் மாறுதல் பெரும்பாலும் அடித்தட்டிலுள்ள சாதிகளைத் தொட்டது. அவர்களைக் கிறிஸ்தவ மதத்தில் உள்ள "எல்லோரும் சமம்" என்ற கொள்கை ஈர்த்தது. பல தலித் சாதியினர் கிறிஸ்தவத்திற்கு மாறினார்கள்.

ஆட்சியிலிருந்த ஆங்கிலேயர்கள் இந்து மதக் கொள்கைகளை அறிந்துகொள்ள, இந்து மதத்தின் புனித நூல்களை மொழிபெயர்த்தார்கள். நவீன விஞ்ஞானம், தொழில்நுட்பங்கள் பரவ ஆரம்பித்தன; அவற்றோடு பகுத்தறிவு இயக்கமும் சேர்ந்துகொண்டது. அவர்கள் பல மத நம்பிக்கைகளை மூட நம்பிக்கைகளாகக் கருதினர். இவ்வாறு பல திசைகளிலிருந்து மாற்றங்கள் வந்துகொண்டிருந்தன.

ஆனால் இந்தக் கொள்கை சார்ந்த மாற்றங்கள் கோயில்களைப் பெரிதாக மாற்றவில்லை. கோயில்களில் பழைய சம்பிரதாயங்களின் கட்டுப்பாடு அதிகம். ஆயினும் கோயில்களில் சண்டை சச்சரவுகள், திருட்டுகள் போன்றவை நடந்தபோது அவை ஆங்கிலேய நீதிமன்றத்துக்குச் சென்றன. ஆங்கிலேய அரசு கோயில்களின் உள்நிர்வாகத்தில் தலையிட்டது. இதைக் கிறிஸ்தவ மதத் தலைவர்கள் ஒப்புக்கொள்ளவில்லை. அதனால் ஆங்கிலேய அரசு பெரும்பாலும் கோயில் நிர்வாகத்தை உள்ளூர்ப் பெரியவர்களிடம் ஒப்படைத்தது. இது மறுபடியும் சண்டை சச்சரவை கிளப்பியது. அதனால் நாடு சுதந்திரம் பெறும் முன்பே தமிழ் நாட்டில் கோயில்கள் அரசுடைமையாயின.

சுதந்திரத்திற்குப் பின்னர் கோயில்களின் மேல் அரசாங்க மேற்பார்வையும் அரசாங்க நிர்வாகமும் வெவ்வேறு மாநிலங்களில் வேறுவேறாக இருந்தன. தமிழ்நாட்டில் HR&CE Act of 1959 (The Tamil Nadu Hindu Religious and Charitable Endowments Act XXII of 1959) சட்டத்தின் கீழ் ஆயிரக்கணக்கான கோயில்கள் அரசாங்க நிர்வாகத்தின் கீழ் இருக்கின்றன. நிர்வாகம் செய்யக் கோயில் மேலாளர் ஒருவர் நியமிக்கப்படுகிறார். அவர் உள்ளூர்ப் பெரியவர்கள் சிலரைத் தர்மகர்த்தா அல்லது அறங்காவலர்களாக நியமித்து நிர்வாகம் செய்கிறார். இங்கே அரசியல் நுழைவது சகஜம். அறங்காவலர்கள் அரசியல் கட்சிகளால் நியமிக்கப்படுகிறார்கள் என்ற குற்றச்சாட்டு இருந்துவருகிறது. இருந்தாலும் தமிழ்நாட்டில் கோயில்கள் பக்தர்களை ஈர்த்துக்கொண்டே இருக்கின்றன; பக்தர்களுக்குக் கோயில் நிர்வாகம் பற்றிய கவலை ரொம்ப தூரம்; அவர்களுடைய நித்திய வாழ்க்கைக் கவலைகளே அவர்களுக்குப் பெரிய சுமை.

சுதந்திரத்திற்குப் பின் பெரிய மாற்றங்கள்

நாடு சுதந்திரம் அடைந்த பின் ஜனநாயக நாடாக வளர்ந்தபோது கோயில்களில் அடிப்படையான சில மாற்றங்கள் ஏற்பட்டன. ஆங்கிலேயர் காலத்தில் ஏற்பட்ட மாற்றங்கள், சுதந்திரத்திற்குப் பிறகு இன்னும் வலுவாயின. அனைத்துத் துறையிலும் சாதாரண மக்களின் ஈடுபாடு, பங்கெடுக்கும் உரிமை

இருக்க வேண்டும் என்ற கொள்கையில், கோயில்களிலும் சில மாற்றங்கள் தோன்றின. இந்து மதத்திலும் விவாதங்கள் நடந்து பல மாற்றங்களை மக்கள் வேண்டினர். இவற்றில் சிலவற்றை நாம் பார்ப்போம்.

தீண்டப்படாத சாதிகள் கோயில்களில் வழிபடுதல்

தீண்டப்படாத சாதிகள் என்று கருதப்படும் தாழ்த்தப் பட்டவர்கள் கோயில்களுக்குள் வந்து வழிபடும் உரிமை ஒரு முக்கிய மாற்றம். இந்து மதம் சீர்திருத்தப்பட வேண்டும் என்ற கருத்தில் தீண்டாமையை ஒழிக்க வேண்டும் என்ற அறைகூவல் ஆங்கிலேயர் ஆளும் காலத்திலேயே எழுந்தது. சாதிக் கட்டமைப்பில் தீண்டாமை ஒரு முக்கியமான அம்சம். தீட்டு என்று கருதப்படும் பணிகள் செய்பவர்களைத் தீண்டாதவர்கள் என்று ஊருக்குள் இல்லாமல் அவர்களைத் தனியாக ஒதுக்கி, அவர்கள் அருகில் வருவதோ அல்லது தொடுவதோ தீட்டு என்று எண்ணுவதும் அவர்களை அடிமைகள்போல் நடத்திவந்ததும் தெரிந்த விஷயமே. இந்தப் பழக்கத்தை எதிர்த்து சுதந்திரம் வரும் முன்பே பல ஆண்டுகள் போராட்டம் நடந்துகொண்டிருந்தது. அதன் பகுதியாகக் கோயில்களிலும் தீண்டப்படாத சாதியினர் எந்தத் தடையும் இல்லாமல் வருவதற்கு உரிமை வேண்டும் என்ற ஒரு பெரும் இயக்கம் நடந்தது. அம்பேத்கர், காந்தி, பெரியார், கேளப்பன், டி.கே. மாதவன் போன்ற தலைவர்கள் தலைமையிலான பிரச்சாரம் நாடு முழுவதும் நடந்தது.

பக்தி இயக்கம் கோயில்களில் தாழ்த்தப்பட்ட சாதிகளை அனுமதித்தாலும் தீண்டப்படாத சாதிகளை அனுமதிக்க மறுத்தது. ராமானுஜர் அதைச் செய்ய முயன்றாலும் அது மேல்கோட்டையைத் தவிர வேறெங்கும் வெற்றி அடைய வில்லை. அவர்களுக்குக் கோயில்களுக்கு வெளியே சின்ன சலுகை கொடுத்திருந்தாலும் தீண்டாமை என்ற கருத்தும் பழக்கமும் மக்களிடையே பலமாக இருந்தன. ஒடுக்கப்பட்டவர்களைக் கோயில்களுக்குள் அனுமதிக்கப் பலமான எதிர்ப்பு இருந்தது.

1920இல் கேரள மாநிலத்தில் ஆரம்பித்த இந்த இயக்கம் 1936இல் ஆலயப் பிரவேசச் சட்டத்தில் முடிந்தது. ஆங்கிலேயர் ஆட்சி செய்த அனைத்து மாகாணங்களிலும் இந்தச் சட்டம் அமலுக்கு வந்தது. இதற்கு நிறைய எதிர்ப்பு இருந்தாலும் கடைசியில் முற்போக்கு சக்திகள் வெற்றி அடைந்தன. இந்தச் சட்டத்தின் கீழ் தாழ்த்தப்பட்டோர் கோயில் உள்ளே வருவதற்குச் சம உரிமை கொடுத்ததுடன் பொதுக் குடிநீர்க் குழாய்கள், கிணறுகள், குளங்கள், சத்திரங்கள் போன்ற பொது

வைக்கம் சத்தியாக்கிரகத்தில் காந்தி

வசதிகளுக்கும் சம உரிமை கொடுத்தது. இது சுதந்திரம் வந்த பின் அரசியலமைப்பிலும் (Article 17) சேர்க்கப்பட்டது. இந்தச் சட்டப்படி தாழ்த்தப்பட்ட சாதியினர் கோயில்களுக்குள் வருவதை மறுத்தால் அது சட்ட விரோதமாகும். கடவுள் அனைவருக்கும் பொது என்று பக்தி இயக்கம் சொன்னாலும் சுதந்திரத்திற்குப் பிறகுதான் அந்தக் கருத்து பல போராட்டங்களுக்குப் பிறகு சட்டபூர்வமாக்கப்பட்டது.

இன்று பெரிய கோயில்களில் எந்தச் சாதியார் வருகிறார்கள் போகிறார்கள் என்றெல்லாம் தணிக்கை செய்வதில்லை. ஆனால் சிறிய கிராமங்களில் இந்தப் பாகுபாடு நடைமுறையில் உள்ளது. எனவே தலித் சாதியார் தங்கள் இருப்பிடத்திலேயே பிள்ளையார் போன்ற தெய்வங்களுக்குக் கோயில்கள் கட்டிப் பூஜை செய்து வருகிறார்கள்.

பெண்களும் கோயில்களும்

பெண்கள் மாதவிடாயின்போது கோயில்களில் நுழையக் கூடாது என்பது நாடு முழுவதும் உள்ள நம்பிக்கை. அஸ்ஸாமில் உள்ள காமாக்யா கோயிலில் அம்மனை மாதவிடாயில் உள்ள அம்மனாகப் பாவிக்கிறார்கள்; அந்தக் கோயிலில்கூட மாதவிடாயில் உள்ள மகளிர்களுக்கு அனுமதியில்லை என்று முன்பே பார்த்தோம். இதற்குக் காரணம், மாதவிடாய் இரத்தம் உள்ளிட்ட மனிதர்களின் கழிவுகள் தீட்டு என்ற நம்பிக்கையைச் சேர்ந்ததாகும். அம்மனின் மாதவிடாயைப் பவித்திரம் புனிதம் என்று ஏற்றுக்கொள்ளும் கோயிலில் மானிட மகளிரின் மாதவிடாய் தீட்டு என்றே கருதப்படுகிறது.

கலரம் கோயிலில் தாழ்த்தப்பட்டோருடன்
அம்பேத்கர் சத்தியாக்கிரகம்

சபரிமலை ஐயப்பன் கோயிலில் மாதவிடாய் முடிவுக்கு வராத வயதில் இருக்கும் மகளிர் பிரவேசிக்கக் கூடாது என்ற வழக்கம் இந்தக் கருத்தையே அடிப்படையாகக் கொண்டது. முன்பு கூறியபடி பல காலமாகத் தொடர்ந்து வரும் சன்னியாசத்திற்கும் குடும்ப வாழ்வுக்கும் இடையே உள்ள முரண்பாட்டையும் இது சுட்டிக்காட்டுகிறது. ஆண், பெண் உடலுறவு என்பது குடும்பத்திற்கு வாரிசுகளைப் பெறுவதற்கு மாத்திரமே, உடலின்பத்துக்கு இல்லை; ஆண்களின் விந்துவே குழந்தைகள் உண்டாவதற்குக் காரணம், பெண்களின் கர்ப்பப்பை விந்துவை ஏற்கும் பாத்திரம் மட்டுமே என்ற கருத்தும் இந்துக்களுக்கு உண்டு. இந்தக் கருத்தை மறுத்து சாக்தம் என்ற மரபு ஆண், பெண் உறவு இன்பத்தைப் பூஜிக்கத்தக்கதாக ஏற்கிறது. ஆனால் சாக்த மரபு பரவலான வழக்கத்தில் இல்லை.

கடந்த நூற்றாண்டிலிருந்து பெண்களின் முன்னேற்றத்தில் கவனம் செலுத்தியவர்கள் பெண்களுக்கு எதிரான அடக்குமுறை வழக்கங்களை எதிர்த்துவருகிறார்கள். பெண்கள் இந்த அடக்குமுறையைப் பல நூற்றாண்டுகளாக எதிர்த்து வருகிறார்கள். உதாரணமாக திரௌபதி தன் கணவனே அடிமையாகி விட்டபோது தன்னை விற்கும் உரிமை எங்கிருந்து வந்தது என்ற கேள்வியைச் சபையில் கேட்டாள்; ஆனால் அதைக் கௌரவர்கள் பொருட்படுத்தவில்லை; சபையில் அவளை அவமானப்படுத்தினார்கள். வேத காலத்தில் பெண்களுக்குச் சம உரிமை இருந்தது என்பதும் சரியில்லை; யாகம் செய்யும்போது

அவர்கள் யாகசாலையில் இருக்க வேண்டுமே தவிர அவர்கள் யாகத்தின் எஜமானராக இருக்க இயலாது.

விதவைகள் தங்களுடைய முடியை மழித்துக்கொண்டு சன்னியாசிகள்போல் வாழ்வைக் கடத்த வேண்டும் என்று வழக்கம் இருந்தது. கணவன் எத்தனை இம்சை செய்தாலும் விவாகரத்துக்கும் இடமில்லை. சில இடங்களில் கணவன் இறந்த பிறகு சதி என்ற வழக்கப்படி மனைவியைச் சிதை ஏறும்படி செய்தனர். சில சாதிகளில், சில பிரதேசங்களில் பெண்களை உயர்வாக நடத்தினாலும் பெண்கள் மொத்தத்தில் ஆணாதிக்கத்திற்கு உட்பட்டுப் பல இம்சைகளைச் சகித்துக்கொண்டார்கள்.

ஆங்கிலேயர் ஆட்சியில் 1829ஆம் ஆண்டு உள்நாட்டுச் சீர்த்திருத்தவாதிகளின் ஆதரவுடன் சதி எனப்படும் உடன்கட்டை ஏறும் வழக்கத்தைத் தடைசெய்யும் சட்டம் இயற்றப்பட்டது. சீர்த்திருத்தவாதிகள் விதவை மறு விவாகம், வரதட்சிணை வழக்கம் போன்றவற்றை எதிர்த்துப் பெண்களுக்குக் கல்வி, உடல் நலம் போன்றவற்றை வற்புறுத்தினர். கோயில்களுக்குப் பெண்களைத் தேவதாசியாக அர்ப்பணம் செய்தல் போன்ற வழக்கங்களையும் எதிர்த்தனர். சுதந்திரத்திற்குப் பிறகு தேவதாசி ஒழிப்புச் சட்டம் பல மாநிலங்களில் அமல் செய்யப்பட்டது. பெண்களுக்குச் சொத்துரிமை சமீப காலத்தில்தான் சட்டமாக உருவாயிற்று.

விஞ்ஞான வளர்ச்சியின் போக்கில் குடும்ப நலம், கருத் தரித்தல், குழந்தை வளர்ப்பு போன்ற துறையில் கருத்துகள் மாறிப் பெண்களின் முக்கியமான பங்கை எடுத்துக்காட்டின. பெண்களின் கல்வி முன்னேறியிருக்கிறது. பெண்களுக்கு அரசாங்க நிர்வாகத்திலும் இடம் ஒதுக்க வேண்டும் என்பதும் சட்டரீதியாக அமலாகிக்கொண்டிருக்கிறது. சில வருடங்களுக்கு முன் சில குடும்பங்களில் ஆண் வாரிசு இல்லாததால் பெண்கள் இறுதிச் சடங்குகளையும் செய்ய முன்வந்திருக்கிறார்கள். இதுவும் ஆணாதிக்கச் சமூகமான நம்முடைய சமூகத்தில் முற்றிலும் முரணான வழக்கம். இதையொட்டி வீட்டுச் சடங்குகளிலும்கூட பெண்கள் புரோகிதர்களாகச் செயல்படத் தொடங்கியிருக்கிறார்கள்.

இந்தப் பின்னணியில்தான் சபரிமலை பிரச்சினை உருவானது. சிலர் ஐயப்பன் கோவிலில் ஏன் பெண்களை அனுமதிக்க வில்லை என்ற கேள்வி எழுப்பினார்கள். 1990இல் கேரள உயர் நீதிமன்றம் சபரிமலைக்குப் பெண்களை அனுமதிப்பது மரபுக்கு விரோதம் என்று தீர்ப்பு தெரிவித்தது. 2006இல் ஆறு பெண் வழக்கறிஞர்கள் (Young Lawyers' Associationஐச் சேர்ந்தவர்கள்)

உச்ச நீதிமன்றத்தில் வழக்குத் தொடுத்துச் சபரிமலை கோயிலில் மாதவிடாய் நிற்காத வயதினைச் சேர்ந்த பெண்களையும் அனுமதிக்க வேண்டும் என்று வாதித்தார்கள். 2018இல் உச்ச நீதிமன்றம் எல்லா வயதுப் பெண்களும் போகலாம் என்று தீர்ப்பு வழங்கியது. ஒரு பெண் நீதிபதி மாத்திரம் மத மரபுகளில் நீதிமன்றம் தலையிட வேண்டிய அவசியம் இல்லை என்று மறுப்பு தெரிவித்தார்.

இந்தத் தீர்ப்புக்கு இந்து சமூகத்தில் பலத்த எதிர்ப்பு எழுந்தது. ஆண்கள் மட்டுமல்லாமல் பெண்களும் இந்தத் தீர்ப்பை நிராகரித்தார்கள். சில பெண்கள் கோயிலுக்குள் செல்ல முயன்றபோது அவர்கள் தடுத்து நிறுத்தப்பட்டார்கள். இதை மறுபடியும் பரிசீலனை செய்ய வேண்டும் என்ற வேண்டுகோள் எழுந்தது. இந்தப் பிரச்சினை இப்போது உச்ச நீதிமன்றத்தில் மறுபரிசீலனையில் இருக்கிறது.

தற்காலத்தில் பெண்கள் மாதவிடாய் போன்றவற்றை இயற்கையாக நிகழும் மாற்றம் என்று நினைத்தாலும் இதுபோன்ற சமயங்களில் பெண்கள் கோயில் போன்ற புனிதமான இடங்களுக்கு வரக் கூடாது என்ற நம்பிக்கை தொடர்ந்துவருகிறது. அதுவும் சபரிமலை தெய்வம் கண்டிப்பான சன்னியாசத்தைக் கடைப்பிடிப்பவர். அதனால் அங்கு பெண்களின் வாசனையே இருக்கக் கூடாது என்ற நம்பிக்கை இருக்கிறது. இந்த நம்பிக்கைகள் தொடரும்வரை புனிதம் என்று கருதப்படும் இடங்களில் பெண்கள் பிரவேசிப்பது சாத்தியப்படாது. இது எப்படி முடியும் என்பது வருங்காலத்தில்தான் தெரியும்.

சில கோயில்களில் எப்போதுமே மகளிருக்கு இடமில்லை. உதாரணமாக நாசிக்கில் உள்ள சனீஸ்வரன் கோயிலில் பெண்கள் பிரவேசிக்க அனுமதியில்லை. சனீஸ்வரன் கெடுதலை விளைவிக்கும் கடவுள்; அதில் குடும்பப் பெண்மணிகள் பிரவேசித்தால் குடும்பத்திற்குக் கேடு விளையும் என்ற நம்பிக்கை உண்டு. ஆனால் எல்லா சனீஸ்வரன் கோயில்களிலும் இந்த வழக்கம் இல்லை;

2018ஆம் ஆண்டு மும்பை நீதிமன்றம் நாசிக் சனீஸ்வரன் கோயிலில் மகளிர் போவதற்கு அனுமதித்தது. அதை அடுத்துச் சில பெண்கள் கோயிலில் பிரவேசித்தார்கள். அதற்கும் பெரிய எதிர்ப்பு வந்தது. சனீஸ்வரன் கேடு விளைவிக்கும் தெய்வம் என்று இந்துக்களிடையே நம்பிக்கை இருக்கிறது. சனியின் தாக்கத்தால் சொத்து நஷ்டம், மனக்கஷ்டம், மரணம் ஆகியவை விளையும் என்று மக்கள் நம்புகிறார்கள். அந்தத் தெய்வம் எப்போதும் கருப்பு நிறத்தில், காகத்தை வாகனமாகக் கொண்டிருப்பதுபோல்

நன்றி: *deccanchronicle*

பெண் பூசாரிகள்

சித்திரிக்கப்படுகிறது. காகம் மரணத்தையும் இறந்தவர்களையும் குறிக்கும் பறவை. சனி சூரியனுக்கும் சாயாவுக்கும் (நிழலுக்கும்) பிறந்தவர் என்றும் சனிக்கு அண்ணன் யமன் என்றும் நீலையும் மந்தையும் மனைவிகள் என்றும் கூறப்படுகிறது. மனைவிகள் இருந்தும் சனீஸ்வரன் எப்போதும் தனித் தெய்வமாகவே கொள்ளப்படுகிறது. சனீஸ்வரனுக்குக் கோயில்கள் அரிது. மற்ற சனீஸ்வரன் கோயில்களில் பெண்கள் வழிபடுகிறார்கள்; நாசிக் சனீஸ்வரன் கோயிலில் மட்டும் அவர்களுக்குத் தடை. இந்த வழக்கம் மாறுமா என்பது வருங்காலத்தில்தான் தெரியவரும்.

சில கோயில்களில் தனிப்பட்ட வரையறைகள், முறைகள் பின்பற்றப்படுகின்றன. அவற்றை அப்படியே விட்டுவிட வேண்டுமா அல்லது அரசாங்க அமைப்புபடி சீர்திருத்த வேண்டுமா என்பது நீதிமன்றத்திற்குப் பிரச்சினையாக இருக்கிறது. சில மாறுதலுக்குப் பெரிதாக எதிர்ப்பு இல்லை; சிலவற்றிற்கு இருக்கிறது. உதாரணமாகத் தமிழ்நாடு அரசாங்கம் பெண்களை ஓதுவாராக நியமித்திருக்கிறது. அதற்கு எதிர்ப்பு இல்லை; ஆனால் சபரிமலை பிரச்சினை தொடர்கிறது.

பிராமணர் அல்லாதோர் பூசாரிகள் ஆகலாமா?

பிராம்மணரல்லதோர் ஏன் பூசாரி ஆகக் கூடாது என்ற கேள்வியைப் பெரியார் எழுப்பினார். 1971ஆம் ஆண்டு திமுக ஆட்சியில் இருந்தபோது அப்போது இருந்த சட்டத்தை மாற்றிப் பூசாரிகளுடைய பதவி பரம்பரைப் பதவி அல்ல; முறையாகப் பயிற்சி பெற்றால் யார் வேண்டுமானாலும் பூசாரியாக

நியமிக்கப்படலாம் என்று சட்டம் கொண்டுவந்தது. இதை உச்ச நீதிமன்றமும் ஆமோதித்தது. தமிழ்நாடு அரசு 13 ஆண்டுகளுக்கு முன்பு கோயில் பூசாரியாகப் பயிற்சி பெற்ற பிராம்மணர் அல்லாதோர் 23 பேரைப் பூசாரிகளாக நியமித்தது.

இதற்குப் பரம்பரைப் பூசாரிகளிடமிருந்து எதிர்ப்பு எழுந்தது. அவர்களுடைய குடும்பத்திற்கு மாத்திரமே இருந்த சலுகை/பிழைப்புக்கு இப்போது போட்டி வந்துவிட்டதே என்ற கவலை. நியமிக்கப்பட்டவர்களை ஏளனமாக நடத்துகிறார்கள் என்றும் சிறிய வேலைகளைக் கொடுத்து முக்கியப் பூஜைகளை, வேலைகளைச் செய்ய விடுவதில்லை என்றும் குற்றச்சாட்டுகள் கிளம்பின. ஆனால் நியமித்த பூசாரிகள் வேலையைவிடாமல் அரசாங்க ஆதரவை எதிர்பார்த்துக்கொண்டு வேலையில் தொடர்கிறார்கள்.

உள்ளூர் சமுதாய நிர்வாகமா அல்லது அரசாங்க நிர்வாகமா?

கோயில்களுக்கும் அந்தந்த ஊரின் சமூகத்திற்கும் நெருங்கிய உறவு இருக்கிறது. உள்ளூர்ப் பெரியவர்கள் கோயில் நிர்வாகத்தை மேற்கொண்டனர்; பலவகையான நன்கொடை அளித்து கோயில்களைப் பாதுகாத்தனர். சில பெரிய கோயில்களைச் சைவ, வைணவ மடங்கள் நிர்வாகம் செய்தன. அரசாங்கம் கோயில்களை நிர்வாகத்திற்கு எடுத்துக்கொண்ட பிறகு பல கோயில்களில் பணத்தட்டுப்பாடு ஏற்பட்டுவிட்டது; அரசியல் குறுக்கீடு அதிகமாகி ஊழல் அதிகமாகிக்கொண்டுவருகிறது என்றும் குற்றச்சாட்டு இருக்கிறது. அதனால் கோயில்களின் நிர்வாகம் உள்ளூர்க்காரர்களிடம் இருக்க வேண்டும் என்ற கோரிக்கை எழுந்தது. உள்ளூர்க்காரர்களிடம் நிர்வாகம் இருந்தால் ஊழல் குறைந்துவிடும் என்று நினைக்க முடியாது. சாதி உணர்வு வெகுவாக இருக்கும் நம் சமூகத்தில் உள்ளூர்க்காரர்களின் நிர்வாகம் பழையபடி சாதி வேறுபாட்டை வெளிப்படுத்தும் வகையில் மாறிவிடும் என்று அரசு நினைக்கிறது. தாழ்த்தப்பட்ட சாதிகளை இழிவாக நடத்துதல், தீண்டாமையை வெளிப்படுத்தல் போன்ற பிற்போக்கு வழக்கங்கள் மறுபடியும் வரலாம். எனவே அரசாங்க நிர்வாகம் கோயில்களில் அவசியம் என்று வற்புறுத்துகிறது. ஊழலைக் கட்டுப்படுத்தி மேலான நிர்வாகம் செய்கிறோம் என்றும் உறுதி அளித்துள்ளது.

8

சரித்திர அநீதியா, பழிவாங்கும் வெறியா?

நன்றி: *deccanchronicle*

ஒரே கட்டிடத்தில் கோயில், சர்ச், மசூதி

தெய்வங்களுக்கும் ஜனநாயகம் வந்து விட்டது! இப்போதெல்லாம் பக்தர்களுக்கு வசதியாக எல்லாத் தெய்வங்களும் ஒரே இடத்தில் இருக்குமாறு கோயில்கள் கட்டுகிறார்கள்.

உமா சங்கரி

சிவன், விஷ்ணு, அம்மன், பிள்ளையார், முருகன், ஐயப்பன், காளி, துர்க்கை, ஆண்டாள், ராமன், கிருஷ்ணன் இவ்வாறு அடுக்கிக்கொண்டே போகலாம். யாருக்கு எந்தத் தெய்வம் வேண்டுமோ அந்தத் தெய்வத்தை ஒரே கோயிலின் உள்ளே வைத்துப் பூஜை செய்யும் வழக்கம் உருவாகியிருக்கிறது.

சத்ய சாய் பாபா இன்னும் ஒரு படி முன்னே சென்றுவிட்டார். ஒரே கட்டடத்தில் இந்துக் கோயில், மசூதி, சர்சு கட்ட வேண்டும் என்றுகூட போதித்தார்; அவ்வாறே ஆந்திரப்பிரதேசத்தில் உள்ள சித்தூரில் ஒரு கட்டடம் உள்ளது. அதில் கோயில், சர்ச், மசூதி மூன்றும் இருக்கின்றன. இதுவும் “ஏகம் ஸத், விப்ரா பஹுதா வதந்தி” – “உண்மை ஒன்றே, ஞானிகள் பல வகையாக விவரிக்கிறார்கள்” என்ற வேத வாக்கியத்தை வெளிப்படுத்துகிறது. இவ்வாறு தெய்வங்கள் ஒன்றுக்கொன்று சமரசமாகும் பொழுதில் இந்தியர்கள் கோயில்களின் பொருட்டுச் சண்டை போடுவது பொருத்தமாக இல்லை. அதுவும் எப்பொழுதோ நானூறு ஐநூறு ஆண்டுகளுக்கு முன்பு நடந்த நிகழ்ச்சிகளெல்லாம் நேற்று நடந்தாற்போல் நினைத்து பழிவாங்க வேண்டும் என்று செயல்படுவது அபத்தம்.

நன்றி: commons.wikimedia

மோகினி சிலை

எல்லா நாடுகளின் சரித்திரத்திலும் அரசுகள் பிற நாடுகளின் மேல் படையெடுத்துச் சண்டை போட்டிருக்கின்றன. வெற்றி அடைந்தவர்கள் கொலை, கொள்ளை, மக்களைச் சித்திரவதை செய்தல், பெண்களை வன்புணர்தல் போன்ற அட்டூழியங்களைச் செய்வார்கள். இன்றும் அவ்வாறான செயல்கள் நடக்கின்றன. முஸ்லிம் அரசுகள் 10ஆம் நூற்றாண்டிலிருந்து இந்தியாவின் மீது படையெடுத்தன, வெற்றிபெற்ற முஸ்லிம் மன்னர்கள் கொலை,

கோயில்கள்: அறிந்ததும் அறியாததும் 77

கொள்ளையோடு கோயில்களையும் விக்கிரகங்களையும் தகர்த்தார்கள். ஆபிரகாமிய மதங்கள் தெய்வம் ஒன்றே என்ற கொள்கையை ஆதரித்து, உருவ வழிபாட்டை எதிர்க்கும் மதங்கள். அதுவும் இஸ்லாமில் அதை மிகவும் கண்டிப்பாகக் கடைப்பிடிக்கிறார்கள். முஸ்லிம் அரசர்கள் எங்கு படையெடுத்து சென்றாலும் விக்கிரகங்களைச் சிதைப்பது, கோயில்களை, சர்சுகளை இடித்து மசூதி கட்டுவது போன்ற செயல்களைச் செய்தார்கள். ஆனால் பிற்கால முஸ்லிம் அரசுகள் இந்திய சமூகத்துடன் கலந்து, தத்துவக் கொள்கைகளைப் பரிமாற்றி கொண்டபோது பல முஸ்லிம் அரசர்கள் கோயில்களுக்கும் மடங்களுக்கும் நிலம், சொத்து நன்கொடை அளித்து ஆதரவு செய்தார்கள். ஆனாலும் அந்தச் சிதைவுபட்ட விக்கிரகங்களைப் பார்த்தால் இன்றும் நமக்கு வேதனை ஏற்படுகிறது. உதாரண மாகப் பேளூர் சன்ன கேசவ கோயிலில் உள்ள மோகினி விக்கிரகம் மிக அழகானது. அதன் கைகள் வெட்டப்பட்டிருக்கின்றன. அதை யார் செய்தார்கள் எதற்குச் செய்தார்கள், என்ப தெல்லாம் தெரியாது; அது சரித்திரத்தில் புதையுண்டிருக்கிறது. அதைப் பார்க்கும்போது இவ்வளவு அழகான சிலையை வெட்ட எப்படி மனசு வந்தது என்று தோன்றும்.

இது நம் நாட்டில் மட்டும் அல்ல; ஐரோப்பாவில், மத்தியக் கிழக்கு நாடுகளில் க்ரூசேட் (Crusade) என்று சொல்லப்படும் சண்டைகளில் கிறிஸ்தவர்கள் வென்றபோதும் சரி, முஸ்லிம்கள் வென்றபோதும் சரி, மசூதிகளை, சர்சுகளை அழிப்பது, அல்லது மசூதிகளைச் சர்சுகளாக மாற்றுவது, சர்சுகளை மசூதிகளாக மாற்றுவது எல்லாம் பல முறை நடந்திருக்கின்றன.

பழிவாங்க வேண்டும் என்ற சிந்தனை ராஷ்ட்ரீய ஸ்வயம்சேவக் சங்கம் (ஆர்.எஸ்.எஸ்.) போன்ற சங்கங்களுக்குத் தோன்றிப் பல தசாப்தங்களாக அந்தக் கருத்தைப் பொது ஜனங்களின் முன் வைத்துவருகிறார்கள். உத்தரப் பிரதேசத்தில் லக்னோ அருகே பைஜாபாத் என்னும் நகரத்தில் பாபர் மசூதி இருந்த இடம், ஸ்ரீ ராமன் பிறந்த இடம் என்றும் அங்கே ராமனுக்குக் கோயில் கட்ட வேண்டும் என்றும் ஆரம்பித்தார்கள். இந்தியா முழுவதும் ரத யாத்திரை செய்து அதற்கு மக்கள் ஆதரவு சேர்த்து மசூதியை இடித்து அழித்தார்கள். பல வருடங்கள் வழக்கு நடந்தது. கடைசியில் உச்ச நீதிமன்றமும் மசூதியை இடித்தது குற்றமே, ஆனால் இந்துக்களில் பெரும்பான்மையோர் அது ராமன் பிறந்த இடம் என்று நம்புவதால் அங்கேயே ராமன் கோயில் கட்டுவது சரி என்று தீர்ப்பளித்தது. இடித்த மசூதிக்குப் பதிலாக சிறிது தொலைவில் மசூதி கட்ட இடம் கொடுத்தது.

பாபர் மசூதியை இடித்தல்

2014இல் பாஜக மீண்டும் ஆட்சிக்கு வந்த பிறகு கோயில் இயக்கத்திற்குப் புது வலிமை உண்டாகியிருக்கிறது. கோயில் வேகமாக உருவாகி வருகிறது. இதற்கிடையே ஆர்.எஸ். எஸ். இயக்கத்தைச் சேர்ந்தவர்கள் வாராணசியிலுள்ள காசி விஸ்வேஸ்வர தேவாலயத்தை ஒட்டி இருக்கும் மசூதியில் சிவலிங்கங்கள் இருக்கின்றன என்றும் அவற்றை தினமும் நாங்கள் பூஜிக்க அனுமதி வேண்டும் என்று வழக்குத் தொடுத்திருக்கிறார்கள். அதை நீதிமன்றம் விசாரித்துக் கொண்டிருக்கிறது. வட மதுரையில் கிருஷ்ணன் கோவிலை ஒட்டிய மசூதியிலும் இந்தப் பிரச்சினையைக் கிளப்புகிறார்கள்.

இதற்கிடையே பாஜக அரசாங்கம் முஸ்லிம்களின் உடை, உணவு ஆகியவற்றைக் கட்டுப்படுத்தும் வகையில் புதிய சட்டங்களைக்கொண்டு வந்து அவர்களைச் சட்டரீதியாகக் குற்றவாளி ஆக்குகிறார்கள். முஸ்லிம்களைத் தீவிரவாதிகள் என்று பிரச்சாரம் செய்கிறார்கள். இந்தியாவை இந்து ராஷ்டிரமாக்க வேண்டும் என்றும், இந்தியை தேசிய மொழியாக்க வேண்டும் என்றும் பிரச்சாரம் செய்கிறார்கள். கிறிஸ்தவர்களைப் பலவந்தமாக மதமாற்றம் செய்கிறார்கள் என்று கூறி இதற்கு எதிராகச் சட்டம் கொண்டுவருகிறார்கள். மதம் கடந்து திருமணம் செய்துகொண்டால் அதை ஒரு குற்றச் செயலாகக் கற்பித்துச் சமூக விரோதிகளை ஏவித் தடுக்க முயலுகிறார்கள். இவ்வாறு தினமும் முஸ்லிம்களையும் பிற சிறுபான்மையோர்களையும் துன்புறுத்தும் இந்தச் செய்கைகள் எல்லாம் கலகமூட்டும் செயல்களே ஆகும்.

சாதாரண மக்கள், அதுவும் ஏழை மக்கள் பொது இடங்களில் அமைதியை நாடுகிறார்கள். பொது இடங்களில் அமைதி இல்லாவிட்டால் அவர்களுடைய பிழைப்பு நடக்காது; வணிகம், வியாபாரம் எல்லாம் நின்றுவிடும், அவர்களுடைய தினக்கூலி, தின வருமானம் நின்றுவிடும். தொழில் துறைகளில் முதலீடு செய்வதற்கும் வியாபாரிகள், தொழிலதிபர்கள் தயங்குவார்கள். வெளிநாட்டு முதலீடுகளும் நின்றுபோகும். பாபர் மசூதியை இடித்த பிறகு பல பயங்கரமான மதக் கலகங்கள் நடந்தன. சாதாரண மக்கள் பலர் அவற்றில் கொலையுண்டார்கள். இந்தக் கலகங்கள் மறுபடியும் நடப்பதற்குத் தீயில் நெய் ஊற்றுவதுபோல் சில சங்கங்கள் செயல்படுகின்றன. இந்தச் செயல்களை விட்டுவிட்டு ஆக்கபூர்வமாக நாம் என்ன செய்யலாம் என்று யோசிக்க வேண்டும்.

இந்தியாவில் எப்போதுமே பண்டைக் காலத்திலிருந்து பல இனத்தோர், பல மதத்தோர் குடியேறி வசித்துவருகிறார்கள். அவ்வப்போது மதச் சண்டைகள் நடந்தாலும், தேசப் பிரிவு போன்ற காலத்தில் பெரிய பெரிய கலகங்கள் நடந்தாலும், பெரும்பாலும் பொதுமக்கள் சமரசமாகவே இருந்துவருகிறார்கள்; இருக்க விரும்புகிறார்கள்.

பாபர் மசூதி பிரச்சினையை ஒட்டிக் கலகங்கள் நடந்து கொண்டிருந்தபோது இந்திய அரசாங்கம் ஒரு சட்டம் கொண்டு வந்தது. வழிபாட்டு இடங்கள் தொடர்பான அந்தச் சட்டம். மதம் சார்ந்த இடங்களை – கோயில்கள், மடங்கள், போன்ற இடங்களை மாற்றக் கூடாது என்றும் அவை 1947இல் இருந்த நிலைமையில் அப்படியே காப்பாற்றப்பட வேண்டும் என்றும் கூறியது. ஆனால் பாபர் மசூதி பிரச்சினை வழக்கில் இருந்ததால் அதற்கு மட்டும் விதிவிலக்கு அளித்தது. இந்த விதிவிலக்கு கலகம் செய்துகொண்டிருந்த கட்சிகளுக்கு உதவியது; மசூதியை இடித்துத் தள்ளுவதற்கு வாய்ப்புக் கிடைத்தது. இப்போதும் வாராணசி ஞானவாபி பிரச்சினையிலும் அந்தச் சட்டத்தை மீறுவதற்கு முயற்சி செய்கிறார்கள்.

சுதந்திரம் வந்த பிறகு மதசார்பின்மையை அரசாங்க கொள்கையாக நம் நாடு மேற்கொண்டது. இந்தியாவின் மதசார்பின்மைக் கொள்கை ஐரோப்பாவிலும், அமெரிக்காவிலும் நடப்பிலுள்ள மதச் சார்பின்மையின்றும் வேறுபட்டது. அங்கே பொது இடங்களில் மதத்திற்கு, மதச் சார்பான வெளிப்பாடு களுக்கு இடமில்லை என்ற கொள்கை நடப்பில் உள்ளது. இந்தக் கொள்கை பல நூற்றாண்டுகளாகச் சர்சுக்கும் அரசாங்கத்துக்கும் நடந்த போராட்டத்தின் பயனாக வந்தது. அரசாங்கத்தில் சர்சின் தலையீடு, குறுக்கீடு இருக்கக் கூடாது என்ற கருத்தில்

அமைக்கப்பட்டது. அங்கே முக்கியமான மதம் கிறிஸ்தவ மதமே; வேறு மதங்கள் மிக மிக சிறுபான்மையான மதங்கள்.

நம் நாட்டில் நிலைமை வேறு; இங்கே பல மதங்கள் செயல்படுகின்றன. அதனால் ஒரு பக்கம் அரசுக்கும் மதத்திற்கும் பரஸ்பரம் குறுக்கீடு இருக்கக் கூடாது என்பதோடு, அரசு எல்லா மதங்களையும் சரி சமமாக நடத்த வேண்டும் என்ற கொள்கையும் உருவாயிற்று. அரசியலமைப்பிலும் அவரவர்கள் தங்கள் மதத்தைப் பின்பற்ற சுதந்திரம் உண்டு என்று சட்டம் அமைத்தது. ஆனால் மதங்களில் உள்ள சில வழக்கங்கள் அரசியலமைப்பின் அடிப்படைக் கொள்கைகளுடன் முரண்பட்டால் என்ன செய்வது என்பதே பிரச்சினை. அவ்வாறான மோதல் ஏற்பட்டால் அரசியலமைப்புக் கொள்கையைப் பின்பற்ற வேண்டுமா அல்லது மதச் சுதந்திரத்தின்படி மத வழக்கங்களைப் பின்பற்ற வேண்டுமா என்ற பிரச்சினை ஏற்படுகிறது.

உதாரணமாக, சபரிமலை வழக்கில் மதச் சுதந்திரத்தின் அடிப்படையில் இக்கோயில் தங்களுடைய பாரம்பரிய வழக்கத்தைத் தொடர்ந்து மாதவிடாய் வயதில் இருக்கும் பெண்களைத் தடைசெய்யலாம்; ஆனால் அரசியலமைப்பு அடிப்படையில் பெண்களுக்கு எல்லாத் துறைகளிலும் சம உரிமை உண்டு. அதனால் வழக்கு உச்ச நீதிமன்றத்துக்குப் போனபோது அங்குள்ள நீதிபதிகள் பெண்களின் சம உரிமை அடிப்படையில் கோயிலில் போக அனுமதிக்க வேண்டியதாயிற்று. ஆனால் ஒரு நீதிபதி மட்டும் மதச் சுதந்திரத்தின் அடிப்படையில் மத வழக்கங்களில் குறுக்கீடு செய்வது பொருத்தமில்லை என்று தீர்ப்பளித்தார். பொதுவாகச் சில மத வழக்கங்கள் பிற்போக்கு வகையில் இருக்கின்றன. முற்போக்குச் சமூகத்தை உருவாக்க அவை தடையாகின்றன.

ஐநூறு வருடங்களுக்கு முன்பு நடந்த சம்பவங்களைக் கிளப்பிவிட்டு இப்போது மதக் கலகங்கள் மூட்டி அரசியல் ரீதியாகப் பயன் பெறுவது சரியா என்று நாம் யோசிக்க வேண்டும். கலகமும் கலவரமுமாக இருக்கும் நாட்டில் குடிமக்கள் அமைதியாக, நிம்மதியாகத் தங்கள் வாழ்க்கையை நடத்திக்கொள்ள முடியுமா?

கோயில்களைச் சிதைத்தது நமக்கு வேதனை தரும்; அதில் சந்தேகமில்லை. அதை ஆக்கபூர்வமாக எப்படி மாற்றலாம் என்று யோசிக்க வேண்டும். உதாரணமாகச் சிதைந்துபோன கோயில்களை மராமத்து செய்து, சிதைந்த சிலைகளை நவீன தொழில்நுட்பத்துடன் புதுப்பிக்கலாம். சில இடங்களில் இதர

மதத்தார் உதவியுடன் கோயில்களை, மசூதிகளை, சர்ச்சுகளைப் புதுப்பித்தல், மராமத்து செய்தல் போன்ற பணிகள் நம் நாட்டில் நடந்து கொண்டிருக்கின்றன. இளைஞர்கள் கல்விக்கூடம் அமைத்து வெவ்வேறு மதங்களை அறிந்து, புரிந்துகொள்ள முயற்சிக்கலாம்.

வெவ்வேறு மதங்களைப் பின்பற்றுவோர் எவ்வாறு சமரசமாக வாழ்க்கை நடத்த முடியும் என்று கவனித்து அதற்கு ஏற்பாடுகள் செய்ய வேண்டும். குல, மத வேறுபாடுகளைப் பெரிதுபடுத்தி கலகங்கள் செய்வதைத் தடுக்க வேண்டும். எனக்கு இப்போது எழுபது வயதாகிறது. என் தலைமுறை சீக்கிரம் மறைந்துவிடும். நாளைய இந்தியாவை முற்போக்குள்ள, சுதந்திர சமரச சமூகமாக உருவாக்கும் பொறுப்பு இளைஞர்களிடம் உள்ளது. அதற்கு அவர்களே வழிகாண வேண்டும்.

நன்றி: *indianetzone*

சோமஸ்கந்தர்

பரிந்துரைகள்

இந்த நூலின் பொருள் குறித்து மேலும் ஆழமாக அறிந்து கொள்ள விழைபவர்களுக்காக இந்தப் பட்டியலைத் தருகிறேன். நூல்கள், செய்தித்தாள் கட்டுரைகள், இணையதளக் கட்டுரைகள் முதலானவை இந்தப் பட்டியலில் உள்ளன. உலகிலுள்ள அனைத்துப் பொருள்கள் குறித்தும் விக்கிப்பீடியாவில் தகவல்கள் இருப்பது அனைவருக்கும் தெரியும் என்பதால் அதைத் தனியாகக் குறிப்பிடவில்லை.

Amit Dey, Aspects of Bhakti Movement in india: (undated) https://www.caluniv.ac.in/academic/His tory/Study/Bhakti-Saint.pdf

Ancient India as described by Megasthenes and Arrian. http://lcweb2.loc.gov/service/gdc/scd0001/2004/20040416001in/20040416001in.pdf

Appointment of Non- Brahmin priests: https://www.newslaundry.com/2022/03/25/tamil-nadus-temple-trouble-non-brahmin-priests-say-theyre-being-sidelined-harassed

Appointment of Non-Brahmin priests: https://www.newindianexpress.com/s tates/tamil-nadu/2021/aug/15/finally-dmk-govt-appoints-non-brahmin-temple-pries ts-2344937.html

Arjun Appadorai: 2007. Worship and Conflict under Colonial Rule: A South Indian Case (Cambridge South Asian Studies, Series Number 27)

BHAKTI IN SOUTH INDIA:100 BCE to 900 CE(undated)https://erenow.net/common/thehindusanalternativehistory/14.php

Christianity in British Colonial India and the Crystallization of Modern Hindu Religious Identities.

https://cameronfreeman.com/socio-cultural-anthropology/anthropology-religion-hindu-tradition/christianity-british-colonial-india-crystallization-modern-hindu-religious-identities/

David Dean Shulman, 2014. Tamil Temple Myths: Sacrifice and Divine Marriage in the South Indian Saiva Tradition. Princeton Legacy Library, 597

Government control over temples: https://www.thenewsminute.com/article/jaggi-vasudev-says-free-hindu-temples-how-much-are-they-under-govt-control-145125

Griffith, Rig Veda: https://www.sacred-texts.com/hin/rigveda/index.htm

Harbans Mukhiya, 2014. Between History and Mythology, .https://www.thehindu.com/opinion/op-ed//article62118463.ece

Helmuth von Glasenapp, 1995. Vedanta and Buddhism, A Comparative Study. https://www.accesstoinsight.org/lib/authors/vonglasenapp/wheel002.html

Hindupedia: http://www.hindupedia.com

Hindus, Sikhs helping build mosque: https://timesofindia.indiatimes.com/city/ludhiana/hindus-sikhs-help-build-mosque-in-chakkar-village/articleshow/78831358.cms

History of Sabarimala Temple: https://www.templedairy.in/history-of-sabarimala-temple

Indira Parthasarathy, Ramanujar. (Tamil book) KizhakkuPadhippagam, Chennai 2007.

Joshua J. Mark. 2020. Upanishads: https://www.worldhistory.org/Upanishads/

Kramrisch, Stella, .2015 .The Hindu Temple. New Edition. Motilal Banarsidass. First published 1946

Koil Olugu: https://www.indianculture.gov.in/ebooks/koil-olugu-chronicle-srirangam-temple-his torical-notes p. 24 -31.

Muslims help to build Hindu temple in Bihar.: https://www.indiatoday.in/india/eas t/s tory/muslims-help-to-build-hindu-temple-in-bihar-92005-2012-02-04

Pattanaik, Devadutt. 2003. Indian Mythology, Inner Traditions India.

Pattanaik, Devadutt. 2019. Faith: 40 Insights into Hinduism. Harper Collins.

Pattanaik, Devadutt, 2009. 7 Secrets from Hindu Calendar Art. Wes tland Ltd.

Quartz India: Mughal emperor Aurangzeb protected Hindu temples more often than he demolished them, https://qz.com/india/918425/mughal-emperor-aurangzeb-protected-hindu-temples-more-often-than-he-demolished-them/

Romila Thapar, The Penguin History of Early India : From the Origins to 1300AD. Penguin 2002. http://www.ahandfulofleaves.org/documents/His tory%20of%20Early%20India%20From%20the%20Origins%20to%20AD%201300_Thapar.pdf

Sadguru on what is a temple: https://www.youtube.com/watch?v=VCatYnhgFko, https://www.youtube.com/watch?v=OWrciacV9XU

Shani: https://en.wikipedia.org/wiki/Shani

Subhamoy Das 2018. What is puja? https://www.learnreligions.com/what-is-puja-1770067

*Temple Entry Movement :*https://www.rjisacjournal.com/temple-entry-movement/

*The Ambedkarite Today: Kalaram Temple entry movement by Dr. Ambedkar For Equal Rights.*https://www.ambedkaritetoday.com/2020/03/kalaram-temple-entry-movement-by-ambedkar.html

The temple was not a Vedic ins titution:Manu V Deva devan: https://www.thehindu.com/society/history-and-culture/the-temple-was-not-a-vedic-ins titution-manu-v-devadevan/article26149218.ece

ThiruvarurTyagarajaswamy Temple: 2019. http://wanderingtamil.blogspot.com/2019/01/tiruvarur-shri-thyagarajaswamy-temple.html

This IT professional passion helps res tore Jain idols.: https://timesofindia.indiatimes.com/city/hubballi/this-it-professionals-passion-helps-res tore-jain-idols/articleshow/79116723.cms

Tracing the His tory of Babri Masjid: From 1528 to Today: Outlook Web Bureau, 2019: https://www.outlookindia.com/website/s tory/tracing-the-his tory-of-babri-masjid-from-1528-to-today/321293

Uma Chakravarti, 1996. MunshiramManoharlal Publishers Pvt. Ltd. Social Dimensions of Early Buddhism.

Uma Shankari 1984: Brahmin, King and Bhakta in a temple in Tamil Nadu: https://journals.sagepub.com/doi/10.1177/006996678401800202

Uma Shankari, Sociology of Religion: A Temple in Tamil Nadu. PhD thesis, University of Delhi, 1983.

VastuPurush- Its Significance .2014.: https://timesofindia.indiatimes.com/as trology/vas tu-feng-shui/vaas tu-purush-its-significance/articleshow/68207074.cms#:~:text=There%20is%20an%20interesting%20s tory,and%20began%20to%20sweat%20profusely.

Wendy Doniger O'Flaherty, On Hinduism, Oxford University Press, 2014. Wendy Doniger: 2013. DNA . https://www.dnaindia.com/lifes tyle/ report-why-did-hinduism-never-become-an-organised-religion-likechris tianity-or-islam-1294838

Wilkins, W.J. https://www.sacred-texts.com/hin/hmvp/index.htm

Women appointed as pries ts in temples:Suhanjana, TN's newly appointed female odhuvar takes charge at Chennai temple, 2021: https://www.thenewsminute.com/article/suhanjana-tamil-newly-appointed-female-pries t-takes-charge-chennai-temple-153983

Women in Shani Shingnapur temple: A brief his tory of entry laws and how times are changing: 2016.https://www.firs tpos t.com/india/women-in-shani-shingnapur-brief-his tory-of-temple-entry-laws-and-how-times-are-changing-2723582.html